raadhaanan'tamu

--

సుజనరంజనీ ముద్రాలయం,
రాజమండ్రి.

శాశ్వత మహారాజ పోషకులు

——:0:——

1 మహారాజశ్రీ శ్రీరాజా విజయ అప్పారావు సవాయి అశ్వరావు జమీందారు, వ. బాదుషాహి మన్ సబుదారుసర్కారు ముస్తుఫానగరు. సంస్థాన్ పాలవంచ శ్రీభద్రాచలం అండ్ నిడదవ్రోలు దొరవారు శనివారపుపేట.

2 ,, చుండూరి నారాయణరావుగారు బ్యాంకర్సు,

3 శ్రీ శ్రీ శ్రీ సురభి వెంకటరత్నమాంబనిజాం నవాబ్ వంతుబహద్దరు. మహారాణీవారు జటప్రోలు సంస్థానం, కొల్లాపురం

4 ,, రాజా వెంకటాద్రి అప్పారావు బహద్దరు జమీందారు వారు వుయ్యూరు యెస్టేటు, నూజివీడు.

5 ,, దేశోద్ధారక కాశీనాథుని నాగేశ్వరరావు పంతులుగారు ఆంధ్రపత్రికా సంపాదకులు, మద్రాసు.

6 ,, జవ్వాది లక్ష్మయ్యగారు ప్రెసిడెంటు యూనియన్ బోర్డు-డిస్ట్రిక్టుబోర్డు మెంబరు, పెనుగొండ.

7 ,, శ్రీమహారాజా విక్రమదేవవర్మ బహదరు మహారాజా వారు-జయపూరు సంస్థానము.

రాజపోషకులు.

1 శ్రీ శ్రీ శ్రీ వీర వెంకట సత్యనారాయణస్వామివారు, ధర్మకర్త. శ్రీరాజా యి. వి. ఆర్. యస్. ప్రకాశరాయబహద్దర్ జమీందారువారు, ఉండూరు, అన్నవరం.

2 ,, పోతాప్రగడ సూర్యనారాయణ గారు, ప్రొప్రయిటరు శ్రీసుజనరంజనీ పవర్ ప్రెస్, రాజమహేంద్రవరం.

8 శ్రీ శ్రీ శ్రీ శ్రీరాజా చింతలపాటి సూర్యనారాయణరాజుగారు,
ఏటికొప్పాక.

4 ,, ముత్తా సర్వారాయుడుగారు, బ్యాంకరు. కాకినాడ.

5 ,, అణివిళ్ళ చినవెంకటశాస్త్రిగారు, కాకరపర్రు.

6 ,, ద్వారంపూడి బసివిరెడ్డిగారు. మార్టేరు

7 ,, మొసలికంటి రామారావుగారు, ల్యాండులార్డు కాకినాడ.

8 ,, తణుకు భాస్కరరావుగారు, యల్. యమ్. యస్.
నేత్రవైద్యులు, ఐ స్పెషలిష్టు తణుకు

9 ,, అణివిళ్ళ వెంకటశాస్త్రిగారు, కాకరపర్రు.

10 ,, ఆకుండి రాజారావుగారు, ల్యాండులార్డు, పిఠాపురం.

పోషకులు.

---

1 శ్రీ శ్రీ శ్రీ రావుబహదురు మోతే గంగరాజు, జమీందారువారు
ఏలూరు.

2 ,, సి. సన్యాసిరాజుగారు, డాక్టరు, సామర్లకోట.

3 ,, లంక రామారావుగారు, యం. బి. (హోమియో) కాకినాడ.

4 ,, కళా వెంకటారావుగారు, అమలాపురం.

5 ,, రావుసాహేబు కలిచిట్టి అబ్బాయినాయుడుగారు, పూళ్ల.

6 ,, తల్లాప్రగడ భాస్కరరావుగారు ల్యాండులార్డు కోనాల,

7 ,, టి. వి. రామారావుగారు, తణుకు

8 ,, రేబాల పట్టాభిరామరెడ్డిసోదరులు, జమీందార్లు నెల్లూరు.

9 ,, నడింపల్లి నరసింహారావు పంతులుగారు, గుంటూరు.

10 ,, జూపూడి కేశవరావుగారు, భీమవరం.

సహాయులు.

1 శ్రీ శ్రీ శ్రీ మోతే కృష్ణారావుగారు జమీందారు, యేలూరు.

2 ,, కొండూరి నారాయణరావుగారు, మర్చంటు యేలూరు.

3 ,, పైడా శ్రీరామకృష్ణయ్యగారు జమీందారు కాకినాడ.

4 ,, పోలవరపు రామచంద్రరావుగారు యేలూరు

5 ,, బసవ సూరన్నగారు అత్తిలి.

6 ,, కాసాని అప్పారావుగారు నిడదవ్రోలు.

7 ,, తాడంకి సంజీవరావుగారు జనరల్ మర్చంటు బెజవాడ.

8 ,, కొల్లూరు మహాదేముడుగారు కరణం, కొక్కిరపల్లి.

9 ,, గొంది కేశవులుగారు ల్యాండులార్డు కొవ్వలి.

10 ,, శిష్టా వెంకటసుబ్బయ్యగారు నర్సాపురం

11 ,, వాజపేయాజుల రామసుబ్బారాయుడుగారు

12 ,, సూరిసెట్టి స్వామినాయుడుగారు మగటపల్లి.

13 ,, భూపతిరాజు సూర్యనారాయణరాజుగారు ఖండవిల్లి.

14 ,, నిమిషకవి భవానీశంకరరావుగారు యక్సైజుసబ్ ఇన్స్పెక్టరు

15 ,, మామిడి సూరన్నగారు ఇనుపపెట్టెలవర్తకులు ధవిళేశ్వరం.

16 ,, యం రామకృష్ణయ్యగారు డాక్టరు నిడదవ్రోలు.

17 ,, దమ్మలపాటి వెంకట్రావుగారు బాదంపూడి.

18 ,, టి. జీ బంగారుస్వామిసెట్టిగారు రాజమండ్రి.

19 ,, పరిమి సుబ్బారావుగారు ల్యాండులార్డు తణుకు.

20 ,, మెండు వీరన్నగారు ప్రెసిడెంటు డి॥ బోర్డు పినపళ్ళ.

21 ,, యం. దశరథరామరెడ్డిగారు బుచ్చిరెడ్డిపాలెం.

22 ,, బెజవాడ వెంకటకృష్ణారెడ్డిగారు బుచ్చిపాలెం.

23 శ్రీ శ్రీ శ్రీ శ్రీ పెండ్యాల శ్రీరామచంద్ర వెంకటకృష్ణరంగారావు జమీందారువారు కొండగూడెం ఎస్టేటు దొమ్మేరు.

24 ,, భారతం సూర్యనారాయణగారు ఖండవిల్లి.

25 ,, రంకిరెడ్డి సత్యనారాయణమూర్తిగారు ల్యాండులార్డు వేమగిరి

26 ,, కె. బాబూరావుగారు యక్సైజు సబ్ ఇన్స్పెక్టరు.

27 ,, ద్వారంపూడి వెంకటరెడ్డిగారు అనపర్తి.

28 ,, ఉడత్తు వెంకటరమణగారు రాజమండ్రి.

29 ,, మాజేటి హనుమంతరావుగారు గుంటూరు.

30 ,, తుమ్మలపల్లి వీరభద్రరావుగారు పెప్పర

31 ,, మియ్యాపుర నాగేశ్వరరావుగారి కుమారుడు రామకృష్ణారావుగారు ప్రయివేటు శక్రటరీ జటప్రోలు సంస్థానము కొల్లాపురం

32 ,, నండూరి రామారావుగారు నేత్రశస్త్రవైద్యులు తణుకు.

33 ,, కోట్ల వెంకటసుబ్బయ్యగారు దివాన్ జటప్రోలు సంస్థానము కొల్లాపురం.

34 ,, నరసింహదేవర సూర్యనారాయణ సోదరులు కంట్రాక్టర్సు వేమగిరి.

35 ,, నిమ్మగడ్డ వెంకటరమణయ్యగారు ఏ. సి. ఏ, సబ్ డిస్ట్రిక్టు కల్యాటరు భీమవరం.

36 ,, పసుపులేటి బలరామమూర్తిగారు కోనాల,

37 ,, కరుటూరి సుందరరావుగారు కోనాల,

38 ,, ఎ. నంజుండయ్యగారు సెక్రటరీ డిస్ట్రిక్టుబోర్డు బళ్ళారి.

39 ,, తమ్మినీడి వెంకటనారాయణగారు ఆచంట.

40 ,, రేబాల పెద్దసుబ్బరామిరెడ్డిగారు మోపూరు.

41 ,, బెజవాడ చంద్రశేఖరరెడ్డిగారు బుచ్చిరెడ్డిపాలెం.

42 శ్రీ శ్రీ శ్రీ గారపాటి చినకనకయ్యాగారు నాయుడుగూడెం,

43 ,, చిక్కా కామేశ్వరరావుగారు సబ్ అసిస్టెంటుసర్జన్ యమ్మిగనూరు.

44 ,, గుమ్మా సత్యనారాయణమూర్తి పంతులుగారు చికకోలు.

45 ,, తంగిరాల రామమూర్తిగారు } టీచర్సు ఆదోని.

46 ,, భాగవతుల వెంకటశాస్త్రిగారు } టీచర్సు ఆదోని.

47 ,, గాదె విశ్వనాథంగారు మార్టేరు.

48 ,, కోనాల పేరెడ్డిగారు మార్టేరు.

49 ,, జయంతి రామయ్యపంతులుగారు ముక్తేశ్వరం.

50 ,, సత్తి కామిరెడ్డిగారు మార్టేరు.

51 ,, కర్రి చినవెంకటరెడ్డిగారు మార్టేరు.

52 ,, జంపన సుబ్బరాజుగారు ఖండవిల్లి.

53 ,, పెనుమెత్స శీతారామరాజుగారు అజ్జరం.

54 ,, రావుసాహెబు గుత్తా వెంకయ్యచౌదరిగారు ఏలూరు.

55 ,, అక్కలంక నరసింహంపంతులుగారు ఏలూరు.

56 ,, తెన్నేటి విశ్వనాథంగారు విశాఖపట్నం.

57 ,, పూసపాటి అప్పలనరసింహరాజుగారు జొన్నలవలస.

58 ,, అప్పల జగన్నాధరావుగారు ఎలమంచిలి.

59 ,, బొమ్మిసెట్టి లక్ష్మీనరసింహస్వామిగారు నెల్లూరు.

60 ,, మంత్రిప్రగడ నరసింహంపంతులుగారు మద్రాసు.

61 ,, బొమ్మినపల్లి నరసింగరావుగారు నూజివీడు

62 ,, కాకాని వెంకటసుందరరావుగారు గుంటూరు.

63 ,, టి. వి. సుబ్రహ్మణ్యంగారు నెల్లూరు.

64 ,, చిరాత్రిపూరి సూర్యప్రకాశరావుగారు బ్రూక్‌బాండు టీ ఏజంటు రాజమండ్రి.

65 శ్రీ శ్రీ శ్రీ పదకండ్ల గురురాజాచార్య విద్వాన్ ఆదోని
66 ,, యం. వెంకయ్యగారు ఆదోని
67 ,, కే. వేణుగోపాలరావునాయుడుగారు తహశ్శీలుదారు ఆదోని
68 ,, యం వెంకటసుబ్బయ్యగారు పోలీసుఇన్స్పెక్టరు ఆదోని.
69 ,, పెమ్మరాజు లక్ష్మినారాయణమూర్తిగారు బల్లిపాడు
70 ,, రావుజీపెరిస్ ఆదోని.
71 ,, తో. ధనపతిరావు డాక్టరు తాడేపల్లిగూడెం.
72 ,, చేగొండి రామజోగయ్యనాయుడుగారు దొడ్డిపట్ల
73 ,, శ్రీమాన్ కొమండూరి గోపాలాచార్యులుగారు దొడ్డిపట్ల.
74 ,, కోనా వెంకటకృష్ణారావుగారు మునసబు విప్పర్రు
75 ,, హస్సేన్ పెరాసాహేబుసాహుగారు అనంతపూర్
76 ,, కోలా రామారావుగారు కంట్రాక్టరు వైజాగ్.
77 ,, చాగంటి సాంబశివరావుగారు వైజాగ్.
78 ,, తంగిరాల వెంకటసూర్యనారాయణగారు
ఎల్. యఫ్. అసిస్టెంటు ఇంజనీరు తాడేపల్లిగూడెం.

ఇదివరలో గ్రంథమాలలో బ్రిచురింపబడి అమ్మకమగు సిద్ధముగ నున్న గ్రంథములు.

సరస్వతీ గ్రంథమాల

కాకరపఱ్రు—పశ్చిమ గోదావరిజిల్లా.

స్థాపితము 1923.

—:o:—

ఈ గ్రంథమాల యందు మూడు మాసముల కొక గ్రంథము చొప్పున నవలలు, నాటకములు (సాంఘిక, చారిత్రాత్మక,) బ్రచురింప బడుచుండును.

సంవత్సర చందా రు.	2—8—0
ప్రవేశ రుసుము	0—8—0

	శాశ్వత చందా.	సంవత్సర చందా.
మహారాజపోషకులు	500—0—0	50—0—0
రాజపోషకులు	250—0—0	25—0—0
పోషకులు	125—0—0	12—8—0
సహాయులు	50—0—0	5—0—0

సంపాదకీయము.

రాజకీయ సాంఘిక సమస్యలందనేక మార్పులు జరుగుచున్నవి ఇట్టికాలమున కనువైన గ్రంథములు పెక్కులు వెలువడుచున్నవి. ఈ "రాభానంతము" రచించిన గ్రంథకర్త గుళ్ళపల్లి నారాయణమూర్తిగారు సంఘసంస్కరణ కర్తలలో నొకరు. వీరు "విడాకులు" అను సాంఘిక నాటకమును రచించి ప్రఖ్యాతిగాంచిరి. దానిని గ్రంథకర్తయే పెక్కుసారులు ప్రదర్శించిరి

ఈ నవలయందు (వితంతు వివాహముయొక్క ప్రాముఖ్యతను గూర్చియు,) బాలవితంతువుల యిడుముల గూర్చియు (.........) బాగుగ వివరింపబడి యున్నది. అనంతరావుయొక్క సంఘసంస్కరణాభిలాష మిగుల శ్లాఘనీయము. ఈగ్రంథకర్తచే రచింపబడిన ఆరోగ్యశాస్త్రము ఆంధ్రా యూనివర్సిటీ వారిచేతను "యలక్ట్రిసిటీ" యను గ్రంథము మద్రాసు యూనివర్సిటీ వారిచేతను బహూకరింపబడి మిగుల ప్రఖ్యాతి గాంచినవి.

ఈ గ్రంథకర్త మా గ్రంథమాలకు తమ గ్రంథము నొక పుష్పముగా బ్రచురించుకొనుట కొసంగి మాకొనగూర్చిన సాహాయ్యమునకు వారికి నా కృతజ్ఞతా పూర్వక వందనము లాచరించుచున్నాడను.

ఇట్లు

కె. యస్. యన్. మూర్తి.

ముందుమాట.

రాధాసంతమను నీచిన్న నవలను నేను 1924 వ సంవత్సరములో రచించితిని. గ్రంధరచనయందు నాకిది ప్రథమ ప్రయత్నము. వ్యవహారిక భాషయందు మిగులఁబక్షపాతము గలవాఁడనైనను ఈ నవలను గ్రాంధికభాషయందే రచించుట జరిగెను.

ఆంగ్లేయ నవలలను సంతతముఁ జదువుచుండు దినములలో ఆంధ్రభాషలో స్వతంత్ర రచనలగు సాంఘిక నవలల సంఖ్య తక్కువగా నుండుటంజేసి, నా చేతనగునంత భాషాసేవ చేయుదమను నాసక్తియే నన్నీరచనకుఁ బురికొల్పెను. సర్వమత సామరస్యమును బెంపొందించు బ్రాహ్మమతవిషయములను, వితంతు వివాహ విషయమును ద్యోతకము చేసిన కథాసంవిధానముతో నీ నవలను రచించితిని.

ఇదివరలో కొన్ని గ్రంథమాలల వ్యవస్థాపకులు దీనినిఁబ్రచురింప నెంచియు, వారి యాశయములకుఁ దగినంత పెద్దది గాకుండుటచే గ్రంథమును విస్తరించి వ్రాయుఁడని కోరిరి. నేనట్లొనర్చుట కిచ్చగింపమియే, ఇంతకాలము నీనవలకు ముద్రణభాగ్యము కలుగకుండుటకు గారణమైనది.

ఈ నవలను దయతో బ్రచురించి యాంధ్రలోక మున కర్పించిన శ్రీ కాకరపర్రు సరస్వతీ గ్రంథమాలా సంపాదకులకును, నవలను సరిజూచి, సాపువ్రాసియిచ్చిన మిత్రులు, ప్రబుద్ధాంధ్ర సంపాదకులు పండిత శ్రీపాద సుబ్రహ్మణ్య శాస్త్రిగారికిని కృతజ్ఞుఁడ.

ఇట్లు,

అనకాపల్లి
24—10—1937

బుధజన విధేయుడు,
గుళ్లపల్లి నారాయణమూర్తి.

రాధానంతము.

మొదటి ప్రకరణము.

జగన్నాయకపురమున గల బాలికాపాఠశాలయం దొకనాటి సాయంకాలమున నొక బాలికయు ఒక యుపాధ్యాయినియు మాత్రముండిరి. ఆబాలిక తన మృదుల వామహస్తమున నొకపలక నుంచుకొని దానిమీాద నొక పాఠమును తిరుగతిరుగ వ్రాయుచు, కంపె యెఱ్ఱవాఱిన తన కుడిచేతివ్రేళ్ళను విదళించుకొని, ప్రపంచముతో తన కేమియు సంబంధము లేనట్లు నిర్లక్ష్యముగా నిటునటు పచారు చేయుచున్న యాయుపాధ్యాయినివంక తేరిపాఱిచూచెను. పిదప వారిద్దఱు నిట్లు సంభాషించిరి.

రాధ—అమ్మగారూ నావ్రేళ్ళు చూచితిరా యెట్లు కంది యెఱ్ఱవాఱిపోయినవో? ఈపాఠమును నేనింక వ్రాయజాలనమ్మా. ఇదిగో తొమ్మిదిసార్లు వ్రాసితిని. కడమభాగ మింటివద్ద ముగించి రేపటియుదయమున మీాకు చూపెదను. దయయుంచి నన్నిప్పటికి విడిచిపెట్టుము.

ఉపాధ్యాయిని—రాధా! నీవు మునుపటివలె బుద్ధిమంతురాలవుగా లేవు. కాకున్న నిన్నిదినమున పెద్దయుపాధ్యాయిని యేల శిక్షించును? నీవు కేవలము అల్లరిజట్టుతో సహవాసము చేయుచున్నావు

రాధ—అమ్మగారూ! ఈదినమున నేనన్యాయముగ శిక్షింపఁబడితిని. ఆతుంటరిమారుతిని యెఱుఁగరా? ఆమె నాపరిక్కను గూర్చుండియుండి రహస్యోపదేశము చేయుదునను మిషతో నాచెవి కఱచెను. అందుకై నేనామెను కోపగింపలేదు; కాని బాధ కోర్వలేక కెవ్వున కేకవేసితిని. పెద్దయుపాధ్యాయిని తాను పాఠముజెప్పునప్పుడు సంభవించిన యీనేరమునకు యథార్థస్థితిని పరీక్షింపకయే నన్నిపాఠమును పండ్రెండుపర్యాయములు చూచి వ్రాయునట్లుగా శిక్షించి తన యాధికారికబలప్రదర్శనము జేసికొనెను. చూచితిరా? సూర్యాస్తమయమైనది. మా యిల్లు కడు దవ్వు. అమ్మయో! చీఁకటిపడిన నేనింటికిఁ బోఁగల్గుదునా?

ఇట్లు జాలి కలుగునట్లు ఆమె మృదువుగఁ బలుకఁగా ఆయుపాధ్యాయిని మనసు కరఁగెను. రాధకు విధించిన శిక్ష యన్యాయమని యెఱింగి యామె యింటికిఁ బోవుటకు సెలవిచ్చెను.

సూర్యాస్తమయమైనది. [పశ్చిమాభ్రభాగమున నరుణకాంతులు ప్రసరించి గగనరంగప్రదేశమున జాబిల్లి

యను వేషధారి ప్రవేశింపకపూర్వ మమర్పబడిన యనిర్మిత యవనికంబోలె గనుపట్టుచుండెను. వేషధారి ప్రవేశము నకుఁ బూర్వము చూపఁబడు కరతాళధ్వనులంబోలె నాయూరి జనుల కోలాహల మధికమై యుండెను. పగలెల్ల నాహారా న్వేషణార్థమై బయలువెడలి గూండ్లకుం జేరు పక్షిసంతా నము తమ వివిధము లగు రవములచే నాకోలాహలమును ద్విగుణీకరించెను.]

ఆసమయమున తన లేఁతపాదములను సాగనిచ్చుచు రాధ తన యింటి మార్గమును బట్టి పోవుచుండెను. ఆమె పోవు మార్గము రహదారీ కాదు. త్రోవలో నొక సెల యేఱు నిర్మలజలప్రవాహముతో నొప్పుచుండెను. ఈవలిదరి నుండి యవ్వలియొడ్డు చేరుటకు ఉపయోగించుటకే వేయఁ బడిన సగము చీలిన తాటిమ్రానిపై నామె నడచుచుండెను. ఆమె కది నూతనమార్గము కాకపోయినను ఇరుప్రక్కలఁ జూచిన కాలు జారి నీటఁబడుదు నేమో యను భయము చేతను, క్రిందివైపున భయంకరమగు జలప్రవాహమును జూచిన కన్నులు తిరుగు నను భయముచేతను, ఆమె ముక్కు నకు సూటిగ నాదూలమునీద నడుచుచుండెను. ఇంకను సగము దాఁటవలసియుండెను. "రాధా! మాచెల్లెలు పొద్దుండఁగనే యింటికి వచ్చినదే. నీకెందు కింత యాలస్య మైనది?" యను ప్రశ్న మామె కర్ణపుటముల సోకెను.

తిరిగిచూడకయే అపృచ్ఛకుఁడు మారుతి యన్న యగు హయగ్రీవుఁడని యామె తెలిసికొనెను; కాని యీసద్యోజ్ఞాన మామెకు క్షేమకరము కాలేదు. ఆమె లతాసదృశాంగము నామారుతీసోదరవజ్రారుతము చలింపఁజేయుటయే కాకతదూర్ధ్వగమనాపహారి యయ్యును తదూర్ధ్వగమనమునకు సహకారి కాకపోలేదు. ఆమెకు ముందంజ వేయుటకుఁ దగిన మనస్థైర్యము సన్నగిల్లెను. ముందంజ వేయక వీలు లేదు. కొండలకు విషమావస్థయందు ముందు గోయియు, వెనుక నూయియు నగును గాని రాధ కావస్థయందు నాల్గు దిక్కులను జలప్రవాహమే కాక నఖశిఖపర్యంతమును భయావేశము గప్పుచుండెను. నీడకై తాటిచెట్టుక్రిందికిఁ బోయినవాని పట్టతలపైఁ దాటిపండు పడినట్లు తత్పూర్వమే భయకంపితగాత్రియైన రాధను వెఱపించుట కాదురాచారుఁ డామె నడచుచున్న తాటిమూలమును గదలింపసాగెను. రాధ శరీరము నీరు విడిచినది. కన్నుల నీరు క్రమ్మెను. ఆమె మధ్యసముద్రమున నున్నట్లుండెను. తోడనే యామె ధైర్యమును దెచ్చుకొని నాదూలముపై నిరుప్రక్కల కాళ్ళుఁజాపి కూర్చుండెను. తక్షణమే యామె వెనుకఁదిరిగి చూచుటయు నావిపత్కారుఁడు నాదూలముపైఁ దన ప్రక్కకే వచ్చుచుండుట గ్రహించి యామె యెట్లయిన నవ్వలియొడ్డు చేరకున్న బ్రమాద మావట్లు నని కుప్ప

దాట్లుతో నాదూలముపైఁ గూర్చుండియే కొంతదూరము జరిగెను. తదుద్యమగ్రాహియైన హయగ్రీవుఁడాదంతి యానపాలిట నాజల ప్రవాహమున నుదయించిన యుగ్ర గ్రాహమో యన్నట్లాదూలముపై దుముకుచు దానిని మఱింత కదలించుటచే రాధ యొక్క చేతిపట్టు తప్పఁగా బ్రక్కకొరగిల్లెను. రెండుచేతులతో నాదూలమును బట్టు కొను ప్రయత్నమున ఆమె కాళ్ళు జాఱి నీటఁబడెను. ఇప్పు డామె తాటిదూలము నిరుప్రక్కల రెండుచేతులఁ బట్టుకొని ముంగాలివఱకు ముంచిన నీటిలో వ్రేలాడుచుండెను పరిపరి విధముల నామె చేయు నార్తరోదనమును విన్న హయగ్రీవు నకు గ్రంథపరిచయమే యున్నచో

"..............................నెగ్లైత । మా
రాజీవానన । యేడ్చెఁ । గిన్నరవధూ రాజత్కరాంభోజకాం
భోజీరాగవిపంచి కారవసుధాపూరంబు । శ్రోత్రంబుగన్ ॥

అను పద్యభాగము జ్ఞప్తికి వచ్చియుండునేమో

ఆహా ! స్త్రీవశీకరణమున కిది యొక్క మార్గమా ? హయగ్రీవుని మనోగతము జారభావమో చోరభావమో తెలియలేదు. ఆవిపత్సమయమున నాసెలయేటఁ జెంగున దుమికి యతివేగముగ నీదుచు నొక పురుషుఁడు రాధవైపు పోవుచుండెను. కంపితగాత్రియై వర్ణనాతీత మగు దుఃఖభార

ము తన శారీరభారమునకుం గోడుగఁ జిగురాకుఁ జేతుల నాదూలమును బట్టుకొని కంఠగత ప్రాణయై వ్రేలాడు చున్న యాభీతచిత్తను ఆపురుషుఁడు ధైర్యప్రవర్ధకము లగు పలుకులతో హెచ్చరించుచుండెను. "భయము లేదు. గట్టిగాఁ బట్టుకొను" మని యూతఁడు సమీపించుచున్నను రాధకు మాత్రము తిరిగి హయగ్రీవుఁడే తన ప్రాణములను హరించుటకు వచ్చుచున్నట్లు తోచుచుండెను. ఆపురుషుఁ డామెం జేరి పిడికిట నిముడఁ గామె సన్నని నడుము నొక కరమునఁ బట్టి యొకచేత నామె కాళ్ళను దిగ్గముగఁ గబళించుకొని యంచెలుగా నాదూలము నామె పట్టుచు విడుచుచుఁ బట్టునట్లుగఁ దోడ్పడి సెలయేటియొడ్డునఁ జేర్చెను.

రాధ కావహిల్లిన భయోద్రేకము బోగొట్టి యామెను సేదదేర్చి ధైర్యోత్సాహములఁ జిలికి స్వస్థురాలిం జేసిన యానూతన పురుషునకు సహాయకారిగా నికులఁ జెండాడ మేఘములం జించికొని శీతకిరణుం డుదయించెను. ఆ నిర్మలచంద్రికారశ్మి తజ్జలప్రవాహముపైఁ బ్రసరించి యొక వింత కాంతి నొసఁగెను. రాధ యాప్రవాహము నొక్కపరి దిలకించి యందువలనఁ దనకుఁ గలిగిన యాపదను స్మరణకుఁ దెచ్చుకొనెనో లేక యాప్రవాహముపైఁ దేలిపోవుచున్న తన పుస్తకములు జూచియో విషణ్ణవదనయై మోము వంచి తనయింటిదారిని నడుచుచుండెను. ఆమెకుఁ

ప్రాణదానము చేసిన పురుషుఁ డామె వెంబడి పోవుచుఁ గొంతదవ్వరిగి "అమ్మాయీ! నీపే రేమని యడిగెను.

రాధ—రాధ (యని నిట్టూర్పు విడిచెను)

పురుషుఁడు—నీవింకను విచారగ్రస్తురాలవుగనే కన్పట్టుచున్నావు. నీభయకారణ మెఱుంగఁజేయుము. నీకీ యాపద యెట్లు తటస్థించెను?

రాధ—నేను పాఠశాలనుండి బయలుదేరుట యాలస్యమైనది. నేనొంటిగ మార్గముపై నడచుచుండ నాసహాధ్యాయిని యగు సూరతి యన్న హయగ్రీవు డాదూలమును గదపి నన్ను నీటఁ బడునట్లు చేసెను. విశాలమైన దారినిఁ బోవలసిన దని నాన్నగారెన్నో పర్యాయములు చెప్పినను నది దూర మిది దగ్గర యని నేనీదారినే పోవుచుంటిని. నాన్నగారి మాట నతిక్రమించినందు కైన యీ శిక్షకు నేను విచారింపనేల ? వారి యానతి నతిక్రమించియు వారితో నీయుదంతము నెట్లు చెప్పుకొందునను విచారము నన్ను బాధించుచున్నది.

పురుషుఁడు—రాధా! మీనాన్నగారు నిన్ను గోపింతు రన్న భయ మున్నచో నేనును నీతోడనే వచ్చి మీ నాన్నగారికి జెప్పి సర్దుబాటు చేసెదనులే.

రాధ—మానాన్నగారు నన్ను గోపింతు రన్న భయ మున్నచో హయగ్రీవుని శిక్షింతు రన్న యాశయు నుండు

ను. వా రేదియుఁ జేయరు. ఈయుదంతమును నివేదించు టకు నాకే సిగ్గగుచున్నది.

అనుటయుఁ దన జనకునకుఁ దన యనుభవమును దెలియఁజేయుటకు సిగ్గుటవలనఁ దన ప్రాణదాత యగు నాపురుషుఁడే తన తండ్రికీయుదంతమును దెలియఁబఱుచుట రాధ కోరికగా గ్రహించి యాపురుషుఁడు తడిసిన వస్త్రము లను బిడిచికొనుచు గాలిలో నారవేయుచు నామె వెంబడిని బోవుచుండెను చాలఁ ద్వరిగిన పిదప రాధ యిల్లు సమీ పించుటయు నాతఁడు "రాధా! హయగ్రీవుఁ డేమైనాఁడు?" అని యడిగెను. "నేను నీటఁబడుటఁ జూచి బహువేగముగ మాయమైనాఁ డేమో" నని యామె బదులు చెప్పెను. వా రిద్దఱును గృహప్రవేశముఁ గావించిరి.

ఆయిల్లొక యారామమధ్యమున నున్నది. రాధ తండ్రియగు సీతారామయ్య చాలఁగాలము తపాలాకచేరీలో నధికారిగా నుండి తన పొందికచే విశేషధనము సంపాదించి ఆయూరిబైట నానావిధ పుష్పఫలవృక్షములతో నొప్పు నారామమునం దొక చక్కని వాసయోగ్య మగు గృహ మును నిర్మించుకొని యందే కాలక్షేపముఁ జేయుచుండెను. రాధ పుట్టుకకాలమున నాతనిభార్య ప్రసూతికా జ్వరముచే మరణము నొందుటవలన సీతారామయ్య యుద్యోగమును విరమించి యప్పటి కార్జించిన ధనముతో నీయుద్యానవన

మును నిర్మించి ప్రతి సంవత్సరము నందునకై నలయు వ్యయములను జేయుచు వచ్చుటవలన సీతారామయ్యగారు తన యుద్యానవనమునఁ గాసిన కాయగసరుల నమ్ముకొని జీవించవలసిన స్థితి సంభవించెను. తపాలాయధికారి యగుటవలన నాతనికి చిన్ననాటినుండియు నెమ్మది, యోర్పు, సత్యవాక్పరత్వము, పరధనవిముఖత్వము మొదలుగాఁగల సుగుణము లన్నియు నలవడియుండెను.

రాధయు నాపురుషుడును లోపలఁ బ్రవేశించునప్పటికి ఆతఁడు భజగోవిందశ్లోకములను బఠించుచుఁ దన వసారాలోఁ బజారుచేయుచుండెను ఆతనిం జూచి పరుగునఁ బోయి రాధ యాతని నడుమును గౌఁగిలించుకొని, "నాన్నగారూ! మిమ్ము తిరిగి చూతు ననుకోలేదు" అని కన్నీరు కాల్వలుగా వలవల నేడువసాగెను

సీతారామయ్య "ఏమమ్మా? ఏమి ప్రమాదము జరిగినది? ఈదినమున మీపాఠశాలయందేదైన సభ జరుగుచుండవలె ననియు, నందువలన నీవింక నింటికి రాలేదనియుఁ దలంచుచుంటిని గాని యీాతడిసిన వస్త్రము లేమి? ఆతాటిదూలముపై నడుచుచు కండ్లుదిరిగి నీటఁ బడితివటమ్మా?" యని యామె నోదార్చి పెట్టె తీసి పొడి వస్త్రములనిచ్చి రాధవెంట వచ్చిన పురుషుని పుత్రికాదానము చేసినవానిఁగా నెఱింగి యాతనితో నిట్లు సంభాషించెను.

సీతా—నాయనా! మీరెవరో యెఱుంగను. మీ శరీరసౌష్ఠవమునకును, మీయందమైన ముఖమునకును, మీ విశాలవక్షమునకును, మీచక్కని దేహకాంతికిని వన్నె దెచ్చునట్లు భగవంతుఁడు మీకు కరుణారసపూరిత మగు హృదయము నొసంగి పంపెనో, లేక తానే యీమీరూపమున సాక్షాత్కరించెనో, కాని నాకు మీరు జేసిన పుత్రికాదానమునకు నాకృతజ్ఞత రిక్తహస్తయుతం బగు నమస్కారముతో జూపికొన్నందులకు క్షమింపవలెను.

పురు—అయ్యా! నాపేరనంతరావు. మాతండ్రిగారైన వేంకటప్పయ్యగారిని మీరెఱిఁగియుందురు. యీకొమార్తెకు సంభవించిన యుపద్రవమునకుఁ గారణము మీరు చెప్పినదే గాని యీమె తనంత దా నీటఁ బడలేదు. రామభద్రరాజుగారి కుమారుఁడైన హయగ్రీవుఁ డామెను దూలమును గదిపి నీటఁ బడఁద్రోసె నని వింటిని. ఆదారి నేగుచున్న నే నామె యార్తనాదమును విని యామెకు ఒడ్డుజేర్చి యిచ్చట దిగఁబెట్టుటకు వచ్చితిని. ఇందు నామహోపకారమేదియు లేదు. తోడి ప్రాణి యాపదలో నున్నపుడు తన శక్త్యనుసారముగ సాహాయ్యము జేసి రక్షించుట మనుష్యమాత్రునకు విధకదా? సకల మెఱిఁగిన మీరే నన్నీయనర్హస్తోత్రమునకుఁ బాత్రునిఁ జేసెద రేల?

సీతా—నాయనా! అనంతరావూ! మీతండ్రిగారు గతించుటచే నీకు తగని కష్టము సంభవించినది. నీకీ చిన్నతనముననే సంసారబాధ్యత నెత్తి కెక్కినది. మీనాన్న గారికిని నాకును జాలఁబరిచయము. నీవు మాకు బంధువుఁడవు కావు. పరుఁడవుకావు. లేచి మడిగట్టుకొని మాకుఁ గలిగినది కొంత యారగించి చనుము. చాల రాత్రి యైనది. భోజనముచేయకుండ నింటికిఁ జనవలదు.

అనంత—ఇది చాలఁ జక్కఁగానున్నది చుట్టమై చూడవచ్చి దయ్యమై పట్టుకొనినట్లున్నది. మీయింట దక్షతయు నున్నట్లు తోఁచదు నన్ను బలవంతపెట్టక విడిచి పెట్టుడు.

సీతా—నాయనా! నీవు మొగమాటపడుచున్నావు. ఇది మోమోటమునకు స్థలముకాదు. నాయింట దక్షత కేమిలే? నాకుఁ గళత్రలోపము కలిగినప్పటినుండియు పాకశాస్త్రపాండిత్యమును విశేషించి స్వయంపాకనియమమును పట్టుపడినవి.

అని బలవంతపెట్టుటచే అనంతరావు భోజనమునకు లేచెను. స్వయంపాకమైన భోజనపదార్థములకుఁ దోడుగఁ దన యుద్యానవనమునఁ బండిన బత్తాయినారింజలు కమలాఫలములు, కదళీఫలములు, మొదలగు ఫలసముదాయమును సీతారామయ్య వడ్డించుటయు రాధానంతులు దాను

నేకపంక్తి నాసీనులై యిష్టాగోష్టిగ మృష్టాన్నభోజనము గావించిరి. అనంతుఁడు ప్రస్తావనలో "ఈపటిదినమున హాయగ్రీవుని తుంటరితనమును గడఁజూచినఁగాని నాకుఁ దృప్తి కలుగదు" అనియెను.

సీతా—నాయనా! నీవు వానితోఁ జేయిచేసికొనకుము. వారు ధనధాన్యాభివృద్ధిచే విఱ్ఱవీఁగుచున్న వారలు. మదమాత్సర్యాద్యరిషడ్వర్గము వారి నెప్పుడు నీడవలె నాశ్రయించియుండును. వెలుఁగుతోఁ నీడ నశించునట్లే లక్ష్మీవర్జితులు కాఁగానే వారును మద ముడిఁగి వైరాగ్యమునకు దిగుదురు. వాని మదోద్రేకము ధనప్రేరితమైనది గావున నీ బెదరింపువలన పెచ్చురేఁగును; గాని నివారింపఁబడదు. నావద్ద ధన మున్నంతకాలమును నేనును "ధనమూల మిదంజగ" త్తని ధనాశాపీడితుఁడనై యుంటిని. ఇప్పుడు నాకాధనకాంక్ష లేదు. కొన్ని దినములలో నేనీ యుద్యానవనమును విక్రయించి దానధర్మాదివ్యయములు చేసి యొంటిగఁ బోయి కాశీవాసము చేయ నిశ్చయించుకొని యున్నాను.

అనంత—కాశీవాసము చేసినను భోజనవిషయ మగు వ్యయమునకుఁ గొంత ధన మావశ్యకముకదా?

సీతా—అయ్యో! వెఱ్ఱివాఁడా!

"సీ. ఆడవిపక్షుల కెవ్వఁ డాహార మిచ్చెను?
మృగజాతి కెవ్వఁడు మేఁత పెట్టె?

వనచరాదులకు భోజన మెవ్వఁ డిప్పించె ?
చెట్ల కెవ్వఁడు నీళ్ళు చేది పోసె ?
స్త్రీల గర్భముల పిండాల నెవ్వఁడు పెంచె ?
ఫణుల కెవ్వఁడు పోసెఁ బరఁగ విషము ?
మధుపాళి కెవ్వఁడు మకరంద మొసరించె ?
బసుల కెవ్వఁ డొసంగెఁ బచ్చిపూరి?"
సర్వము సర్వేశ్వరాధీనము.

అనంత—అవును. మీకింక బాధ్యత లుండవు. మీరాధ వివాహిత యైన పిదప అత్తవారి యింటి కేగుట తోడనే మీరు స్వేచ్ఛగాఁ గాశీప్రయాణము జేయవచ్చును.

సీతా—(నిట్టూర్పు విడిచి) మారాధకు వివాహమా నాయనా! నాసంతానమును గురించి యడుగకుము. రాధ కంటె రెండేండ్లు పెద్దయగు నాముద్దులకుమారుని ఆపందుని మూడుసంవత్సరముల క్రిందట నెవరో దుర్మార్గు లపహరించుకొనిపోయిరి. శక్తికొలఁది మనుష్యులను బంపి, జాబులు వ్రాసి, విచారింప నెక్కడనో దుర్గకు బలి యిచ్చి రని కొందఱును, రంగూను తీసికొనిపోవుచుండఁ జూచితి మని కొందఱును, పరిపరివిధముల వార్తలు తెలియఁజేసిరి గాని నిజస్థితి తెలియలేదు. పిల్లవాఁడు దొరకనులేదు.

ఈవార్తలు వినిన కొలఁది అనంతునకు దుఃఖము హృదయమును గలంచివేసెను. తానచ్చటఁ దడవుండుట వలన ఆవృద్ధుని మనస్తాపమును హెచ్చించుటే గాని వేఱు

ప్రయోజనము లేదని యనంతుఁ డాతని సెలవు దీసికొని యింటికి బయలుదేరుటకు లేచెను. సీతారామయ్య యాతని కిచ్చుటకు లోపలఫలములను తేఁబోయినప్పు డనంతుని దృష్టి రాధపైఁ బ్రసరించెను. రాధ యలసియుండుటచే భోజనమైన వెంటనే నిద్రపోయెను. ద్వాదశవత్సరవయస్కురాలై ధవళమగు దేహకాంతి నొప్పుచు ముకుళిత నేత్రయై దీర్ఘశ్వాసముల నిద్రపోవుచున్న రాధను కనులారఁ జూచినపు డనంతుని కొకవిధమగు మనోవికార మంకురించెను.

సీతారామయ్య ఫలముల నిచ్చి కొంతదూర మనంతుని సాగనంపి తిరిగివచ్చెను

అనంతుఁ డింటికిఁ జేరుపర్యంతము నిద్రావస్థనున్న రాధ తన యెదుటఁ గట్టినట్లుండెను రాధావిషయికములగు భావములు దొంతరదొంతరలుగ నాతని మనస్సున నుద్భవము లగుచుండెను. "మా రాధకు వివాహమా?" యను మాటల సంగ్రహార్థ మాతనికి బోధపడకుండెను. అతఁ డిల్లు చేరునప్పటి కీపద్యము స్ఫురించెను.

ఉ. వాసనఁజూడనట్టి ప్రసవంబు నఖంబులఁ ద్రింపనట్టి నూ
త్నసమపల్లవంబు పరులానని క్రొవ్విరితేనె సూచివి
న్యాసము లేని రత్నము మహోత్తతపుణ్యతపంబులుబోలు నా
భాసురగాత్రిసోయగ మెవండు భుజింప విరించి వ్రాసెనో?

కాళిదాసు—శాకుంతలము.

రాధానంతము.

రెండవ ప్రకరణము.

అనంతుఁడు వైదికకుటుంబమున జన్మించెను. అతని తండ్రియైన వెంకటప్పయ్య చిరకాలము రామభద్రరాజుగారి గుమాస్తాగా పనిచేసి వారి యభిమానమునకుఁ బాత్రుఁడై తన జీతముక్రింద సాలునకు రెండువందల రూపాయల రాఁబడిగల పంటభూములను దన జీవితము ఉన్నంత కాలము ననుభవించుటకును తరువాత ఆభూములు తిరిగి రామభద్రరాజు గారికే చెందునట్లు నిర్ణయించుకొని పని చేసెను. వెంకటప్పయ్య మితవ్యయముతో జీవించినవాఁడగుటచే తన యాదాయమున సాధ్యమైనంత వెనుకవేసికొని తన యేకపుత్రుఁడగు అనంతరావునకు ఆంగ్లభాష నైదవతరగతివరకు చెప్పించెను అంతట వెంకటప్పయ్య యకాలమరణము వాతఁబడుటయు, తత్కారణమున రామభద్రరాజుగారు తమ భూముల రాఁబడి తామే వసూలుచేసి

కొనుటయు, సంభవించుటచే అనంతరావునకు విద్య మాన వలసివచ్చెను. ఇంగ్లీషున ప్రవేశించుటవలన ఆతఁడు వైదిక విద్యల మొగమైనఁ జూడకపోవుటయే గాక సంధ్యావందనముఁ గూడ మరచిపోయెను. ఇట్లాతఁడు ఉన్నతోద్యోగము లభింపఁదగిన విద్యలేనివాఁడై వైదికవృత్తికి అపాత్రుఁడై పోయెను. పైగా నాతనికి బ్రహ్మసమాజమతమున నభిమానము విశేషముగా నుండెను. ప్రతి యుదయమును ప్రార్థనమందిరమున కేగి బ్రహ్మసమాజవిధానము ననుసరించి ప్రార్థన చేయుటయు యజ్ఞోపవీతమును విసర్జించి యనుష్ఠాన బ్రాహ్మసామాజికుఁ డగుటయు నాతని ముఖ్యేప్సితములు.

రామభద్రరాజుగారి పూర్వు లనంతుని పూర్వులను మోసపుచ్చి వారి భూముల నపహరించి ధనికు లైరనియు, వా రనుభవించుచున్న భూము లన్నియు పూర్వ మనంతుని పూర్వులవే యనియు, తత్కారణముననే యనంతుని తండ్రికి రామభద్రరాజుగారు పని యిచ్చిరి; గాని లేకున్న వేంకటప్పయ్యగారిమీద వారి కింత యభిమాన ముండక పోవుననియు - ఈ మొదలగు పుక్కిటిపురాణములను ఇంతకు విశేషించి చిన్నలువన్నెలఁ బెంచి యనేకులు పురజనులు అనంతుని తండ్రి మరణించిన పిదప ఆతనికి చెప్పసాగిరి. రామభద్రరాజుగారిమీద కక్షవహించిన కొందరు తమ భూములను రామభద్రరాజుగారు హీనక్రయమునకుఁ దీసి

కొనిరి; గాన వారిపై నభియోగము దెచ్చిన అనంతుని భూము లతనికిఁ జెందవచ్చుననియు, సంమువలన నాతఁడు శాశ్వతసౌఖ్య మనుభవింపవచ్చు ననియు నుపదేశించిరి

బుద్ధిమంతుఁడైన యనంతున కీయుపదేశము లాశా జనకములు కాలేదు. ఆపుక్కిటిపురాణములందలి నిజముఁ బరీక్షించుట కాతనికిఁ దగిన యవకాశము కలుగలేదు. మరణకాలమందైన దనతండ్రి తనకీవిషయములు సూచించి యుండలేదు. ఆశాబంధితుఁడై యభియోగముఁ దెచ్చుట కైనఁ జాలినంత ద్రవ్య మాతనికి లభింపలేదు. ఈసందర్భమున అనంతునకు విచారగ్రస్తురాలై భర్తృవియోగమున నన్నపానాదులను విడిచి కృశించి కంటికిమింటికి నేకధారగ శోకించు తన తల్లికడకుఁబోయి అన ముందుగతినిగూర్చి యాలోచనఁ జేయుటకుఁ దగిన ధైర్యము లేకుండెను. ఈ ప్రస్తావ మామె శోకానలజ్వాల కాజ్యధార యగుట కాక వేఱు ప్రయోజనము కలుగదని తలంచి తానే యొకనాటి యుదయమున రామభద్రరాజుగారి దర్శనముచేసి తనతండ్రి పని తన కిప్పింపుఁడని కోరెను. ఆయన యీపనికై యాశ్రయించినవారు వేఱే కలరనియు, ఆపదవి వారికీయఁబడుటచే గాళీ లేదనియు సమాధానముఁ జెప్పి ఔదార్యము నభినయించి అవకాశము వచ్చినప్పు డనంతుని విషయ మాలోచింతుమని చెప్పిరి. ఈసుప్రియములతో సంతుష్టి కలు

గక జీవనోపాధికి మార్గమేమియుఁ గోఁపక ఆతఁడు కొంత కాలము గూఁటక గడపెను.

ఒకనాటి రాత్రి యాతఁడు భోజనానంతరము తల్లి నుద్దేశించి యీవిధముగ సంభాషించెను.

అనంతుఁడు—అమ్మా! నీవు మనసు దిట్టపరచికొని విందువేని నేను కొన్ని మాటలను జెప్పఁదలఁచినాను. కడచిన యాఱుమాసములనుండియు మనము వూసయు వుస్తెయు నమ్ముకొని యెట్లో కాలము గడుపుకొనివచ్చినారము. ఇప్పుడీక నట్లు సాగదు. ఇంక నీవస్తువులలో మిగిలినది నాలుగు తులముల నానొక్కటే. దానివలన ఒకవందరూపాయలు వచ్చినను అది రెండు మూఁడు మాసములకంటె నెక్కువ రాదు. అటుపైని మనము చేయునది లేదుకదా ?

ఈదురవస్థను విన్నప్పుడాతని తల్లియైన లక్ష్మమ్మ అపరిమితమైన దుఃఖ మొదయింప భోరున గొంతెత్తి విలపించెను. అదిచూచి అనంతుడును విలపింపదొడంగఁగా లక్ష్మమ్మ ధైర్యము దెచ్చుకొని కొడుకు నూరడించెను.

అనంతుడు—నాన్నగారి దయవలన మనకు విశాలమైన గృహమొక్కటి మిగిలినది. అందుండి సుఖించు భాగ్యమీశ్వరుఁడు మనకు కలిగింపలేదుకదా ? దాని నద్దెకిచ్చి యాపదిరూపాయలతో రామచంద్రపురము పోయి తాత

గారి యింట నీవు బ్రతుకవచ్చును నేనేఖరక్పురమునకో కలకత్తాకో పోయి నౌకరీ సంపాదించుకొని కాలక్షేపము చేసెదను.

లక్ష్మమ్మ—నాకన్నతండ్రి! నీకెంత దుర్దశ పట్టినది! నీవు గొప్ప యుద్యోగమును బడసి నన్ను సుఖపెట్టెద వను కొంటిని; గాని కడుపుఁబట్టుకొని యన్నమో రామచంద్రా యని దేశములవెంట బోదు వనుకొన లేదు. నాయనా! నీవు దేశములపాలై పోవ నేను తాతగారియింట నుండి సుఖ జీవన మెట్లు చేయుదును? నీకడుపు మెచ్చినను కాలు నొచ్చినను బలుకుటకు లేకుండ నేనెట్లుందును?

అనంతుడు.—అమ్మా! నీకట్టి భయము వలదు. చూచితివా చిన్నతనమునుండియు నేఁచేసిన వ్యాయామము వలన నాశరీర మెంతదృఢముగ నున్నదో? నలువు రొక్క సారి పైఁబడినను జయింపఁగలను ధైర్యము నాకుఁ గలదు. అట్టి నాకు కడుపును గాలును నొచ్చుట దెచ్చిపెట్టుచుం టివా? నేను లేకుండ నుండుటకు నీవు సందేహింప బని లేదు. గావున నీవు ధైర్యము చిక్కఁబట్టి తాతగారి యింట నుండుము.

లక్ష్మమ్మ—నీకట్టి ధైర్య మున్నది; గాని కన్న కడు పగుటవలన నాయాఁడుప్రాణ మట్లుండఁజాలదు. తాత

గారియింట నుండు మంటివే నమేనమామలే గాని వారి రాణులు నన్ను జూడవచ్చిరా ? బ్రతికిబాగున్నప్పుడు వారు పిలిచినను మానినను కాకిచే గబురు తెలిసినంతమాత్రమునఁ బోయి వారిని జూచివచ్చెడిదాననే. నాబోదు బొగ్గులైన తరువాత నాముఖము తగులఁబెట్టుట కొకసారి వచ్చినచో వారి పరుమర్యాదలకు లోప మగునా ? మీనాన్నగారున్నప్పుడు నీపెద్దమేనమామ తన కూఁతురును నీకిచ్చెదనని చెప్పుచుండెడివాఁడు. ఇప్పు డామాటలన్నియు నడుగంటినవి. వారిప్పుడు మనకుఁ బిల్ల నిచ్చెదరా ? మనకేమి కోఁటలా దొడ్లా ? ఇండ్లా వాకిండ్లా ? బాగుగఁ జదువుకొనినవానికి ఆస్తియున్న వానికి తగిన కట్న మిచ్చి పెండ్లి చేయుదమని భార్య పోరుచుండ మేనరికము తప్ప దని పట్టు పట్టుటకు మాయన్నకు ధైర్య మెక్కడిది? ఇప్పుడు పోయి అట్టివారి పంచను తలదాచుకొనుటకు నాకు ముఖమెట్లు చెల్లును నాయనా !

అనంతుడు—వారు పిల్లనీయనక్కఱలేదు. పెండ్లియు చేయనక్కఱలేదు. కట్టుకొనుటకు బట్టయుఁ దినుటకుఁ దిండియు లేని యవస్థలో పెండ్లిఖర్చుల కప్పుచేసికొందమన్నను బుట్టటకైనఁ బరపతిలేని యవస్థలో వివాహము చేసికొని కాపురము చేసి పిల్లలను గనుట వారిని సుఖంపఁ

జేయుటకా మలమల మాడ్చి వేయుటకా ? నాయంతవాడను నేనై నాకాళ్ళపై నేను నిలువఁగల శక్తి కలిగించుకొని నిన్ను సుఖపెట్టిన తరువాత పెండ్లి చేసికొని భార్యను సుఖపెట్టుట కాన వారు నాకు పిల్లనీయలే దని నీవు విచారింప నక్కఱ లేదు. వారు నీతోఁ బెరిగిన తోఁబుట్టువులు గాని పైవారు కారు. నీవదినెలు నిన్ను చూడలే దని నీవు విచారింపవలదు. వారి కట్లు చేయుట యమర్యాద యని నీకు తెలిసినచో వారే సిగ్గుపడుదురు. నీవు పరువుమర్యాదలతో కాలక్షేపము చేయుటకు దగిన స్థలమదే కాని వేఱుకాదు.

లక్ష్మమ్మ—బాబూ ! పెద్దమామయ్య కిప్పుడు నీపై నభిమానమేకదా ? ఒకవేళ మన మక్కడకు పోయిననతఁడు తన కూతు నిచ్చుట కొప్పుకొనునేమో. తనకూఁతు నిచ్చి పెండ్లిచేసి నిన్నిల్లఱిక ముంచుకొనినచో మన కింకఁ గావలసిన దేమి? వారికి మనకిద్దఱకుఁ బెట్టి పోషింపఁగల కలిమియున్నది; గాని మనవలె వారికిఁ బూఁటబత్తెము పుల్లవెలుఁగు కాదు.

అనంతుఁడు—అయ్యో ! అజ్ఞానమా ! ఇంతకథయు వినియుఁ జుట్టుదిరిగి మొదటికే వచ్చెద వేమమ్మా ? నాకు వివాహమే వల దంటిని. తిండికై యత్తవారింటఁ జేరిన యల్లుని సౌభాగ్య మడుగవలెనా ? అంతకంటె దేశాట

నము చేసి భిక్ష మెత్తుకొనుట మంచిది. పౌరుషమున్న మగవారు కైనచో నట్లు చేయఁజాలదు స్వతంత్రజీవనము నకు సాటి గలదా? నాయదృష్టమును బట్టి పనియొకటి సంపాదించుకొని స్వేచ్ఛగ జీవింపఁగలను.

లక్ష్మమ్మ—నీవింత మొండిపట్టు పట్టినచో నేనును నీతో వచ్చి నీవున్నయెడల నుండెదఁగాని వేఱొకచోట జీవింపఁజాలను నాకు నీవే సర్వమును. నీవెక్కడ సుఖముగ నున్న నాకు నక్కడనే సౌఖ్యము నీ వడవిలోఁ గాపుర మున్నప్పుడు నీవద్దనుండిన నాకదియే బంగారుమేడ. నాచేతితోఁ గాచిన గంజియో యంబలియో నీకుఁ బెట్టిన పిదప నాకు గొంతు దిగును నీవు తినకుండ నేదనిన పంచ భక్ష్యాన్నము లైనను విషప్రాయములు

అనంతుడు—అమ్మా! ఇంత శోకపడినందులకే మన వారి స్థితి యధోగతి యైనది పదున్నెదురూపాయల జీత మున నున్న మనవాని కొక దూర దేశమున నేఁబదిరూపాయ లిచ్చెద మన్నను ఇంటిపట్టున నున్నచో దినమున కొక యర్థరూపాయ చాలదా యని యిల్లు కదలఁడు. దాక్షిణా త్యుఁడు నేల కొకరూపాయచొప్పున హెచ్చించెద మన్నను పాలఘాటునుండి బ్రహ్మపురమునకు తంజావూరునుండి ౦౦

గూనునకు బ్రయాణ మగును. నీవు నాతో వచ్చుటకంటె నధిక మగు సంతోషకార్యము లేదు. కాని నేనిప్పు డొక యూరికి పోవుదు నని నిశ్చయింపఁజాలను. నీనాను విక్రయించి నాకిచ్చినచో నేను పని సంపాదించుకొనునంతవఱకు నందువలన వచ్చు నూఱురూపాయలును సరిపోవును. నాకు స్థిరమైన పని దొరకఁగానే నిన్ను దీసికొనివెళ్ళఁగలను

లక్ష్మమ్మ—నాయనా! నీవుద్యోగము చేసి నన్ను సుఖపెట్టెద నన్నచో నంతకంటెఁ గావలసిన దేమి? రేపీ నాగను తీసికొనిపోయి చూపించి పెద్దమనుష్యులయెదుట సరియైన ధర కట్టించి విక్రయింపుము.

అనుటయు నప్పటికి చాలరాత్రి యగుటచే వారు విశ్రమించిరి. అనంతునికిఁ గొంతవఱకు గాఢనిద్ర పట్టినను జాలభాగ మాతని నిద్ర వివిధము లగు స్వప్నములుచేతఁ గలఁతపొందెను. ఒక రెయిల్వేకంపెనీయందుఁ గొలువు సంపాదించుకొన్నట్లును, గొందఱు వస్తాదులతోఁ గుస్తీ పట్టి వారి నోడించినట్లును, నింకను సందర్భరహితము లగు నిట్టి స్వప్నము లనేకములు వచ్చెను వానిలో నొక విచిత్రమైన స్వప్నసంగ్రహ మిది.

రాధానంతులు వివాహము చేసికొని సీతారామయ్యయుద్యానవనమున నొక పొదరింట నిర్మింపఁబడిన గచ్చుటరఁగుమీఁద నాసీనులైరి. ఆసమయమున విద్యుత్కాంతిని సిగ్గుపఱచు వెన్నెల యాపొదరింటి యాకులను దూసికొని పోయి రాధముఖపద్మమును ప్రాఁకెను. ఆసౌందర్యమునకు ముగ్ధుఁడై అనంతుఁ డామె యధరమును గ్రోలుచుండ మెళకువ వచ్చెను.

రాధానంతము.

మూఁడవ ప్రకరణము.

అనంతరావు రాధతోఁ దనకుఁ బరిచయము గలిగిన పిదప ననేకపర్యాయములు సీతారామయ్యయింటికిఁ బోయి వారితో నిష్టగోష్ఠిగ సంభాషించి వారిచ్చిన పుష్పఫలాదులను దెచ్చికొనుచుండెను. అయినను అప్పటికి రెండు మాసములనుండి యాతఁడాదిక్కునకుఁ బోకున్నను గడచిన రాత్రి వచ్చిన స్వప్నము ప్రేరేపింప నాతఁడు రాధను జూచివచ్చుటకు బయలుదేరెను.

అప్పుడు సాయంత్ర మైదుగంటలు కావచ్చెను. ఆతఁడారామమందిరాంగణభాగమునఁ బ్రవేశించునప్పటి కొక బాలిక భారతమునందలి నలదమయంతుల పరస్పరవియోగభాగమును చక్కని కంఠస్వరమునఁ జదువుచుండెను. ఆమె రాధ. తన వెనుకనుండి వచ్చిన యనంతుని రాక నామె కనిపెట్టఁజాలక గ్రంథపఠనోత్సాహమగ్నయై యుండ

అనంతుఁడు వెనుకపాటున వచ్చి యామె కన్నులు మూసెను. ఆమెయు నాచేతులు విదలించుకొని తిరిగిచూచి తటాలున లేచి యొకప్రక్కకుఁ బోయి నిలిచెను. అప్పు డామె ముఖమునఁ జిఱునగవు గాని విషాదము గాని చూపట్టలేదు.

అనంతుఁడు—రాధా! మీయన్నగారెక్కడ?

రాధా—తోటలో మామిడిమొక్కల కంట్లు కట్టించుచున్నారు.

అనంత—రాధా! ఆదంపతులవియోగభాగమే కాని నీకు వేఱొక కథాభాగము దొరకలేదా?

రాధ—(లోనికిఁ బోయి అతఁ డాసీనుఁ డగుటకు ఒక పీఁటయు మంచినీళ్ళను తెచ్చియిచ్చి) ఇంతవఱకు భర్తృవియోగమున దమయంతికి గలిగిన మనస్సంతాపము చదివి చూచితిని. భార్యావియోగుఁడైన భర్త మనోధర్మ మెట్లుండునో పరిశీలించుటకై చదువుచున్నాను.

అనంత—పురుషున కాసందర్భమున మనస్సంతాప మధికముగా నుండును.

రాధ—అట్లుండదు. పురుషుఁడు తన మనస్సు నేదో యొక వ్యాపకమున లీనము చేసికొని సంతాపనివారణ చేసికొనగలుగును; కాని స్త్రీ నిరుద్యోగవంతురా లగుట వలన మనస్సును కేంద్రీకరించుకొనుటకుఁ దగిన యవకాశ

మును గోఁగియుండదు. తానేవ్యాపకమున నున్నను మనో నిగ్రహ మసంభవము.

అనంత—రాధా! మీతోటలో నొక పొదరిండ్లేల నిర్మింపగూడదు?

రాధ—కొద్దిరోజులలో నీయిల్లె పొదరిల్లు కానున్నది. ఇఁక పొదరిండ్లు పనియేమి?

అనంత—పొదరిల్లనిన నీకు సరిగ బోధపడ లేదు. నీవు వసుచరిత్రమును జదివితివా?

రాధ—లేదు.

అనంత—అందలి కథ చాల చక్కగ నుండును. అందొక పద్యమున నీపొదరింటివర్ణన మెంత చక్కఁగ నిమిడ్చినాడో చూడుము.

ఉ॥ నిక్క ముదాంప నేల? ధరణీసురనందన! యింక నీవయిఁ
జిక్కె మనంబు నాకు నను జిత్తజు బారికి నప్పగించెదో
చొక్కమరందమధ్యములచూరలబాటలు బొడు తేంట్లసాం
పెక్కనయిల్ల? పూవుఁబొదరిండ్లను గౌఁగిటగారవించెదో?"

పొదరిండ్లనేకవిధముల నుపయోగించును. కడచిన రాత్రి నేనొక స్వప్నము గాంచితిని. నేనిక్కడకు వచ్చినట్లును, మీతోటలో నొక పొద రిల్లున్నట్లును, ఆపందువెన్నెలలో చక్రవాకములవలె మన మిరువురమును—"

అని యాతఁడు చెప్పినప్పుడు ప్రణయభావగర్భితము లగు దృక్ప్రసారము లొండొంటితో వియ్య మందెను. తత్పూర్వము సిగ్గన నేమో యెఱుఁగని రాధ కొక క్రొత్త సిగ్గుదయించెను. ఆమె దేహము పులకాంకిత మయ్యెను. ఒక్క నిమిష మైన నట నిలువఁజాలక యామె లోనికిఁ బోయెను. ఇంతట సీతారామయ్య యింటికి వచ్చుచు ననంతునిఁ బలుకరించెను.

సీతా.—ఓహో! అనంతము బాబా! బహుకాల దర్శనము నాయనా! ఈమధ్య నూరిలో లేవా యేమి?

అనంత.—లేకేమి? ఇచ్చటనే యుంటిని. సంసార సంబంధము లగు కొన్ని చిక్కులలోఁ బడి కొట్టుకొను చుంటిని.

సీతా.—పాపము. సంసారతాపత్రయమున కొట్టుకొనువానికి తరణోపాయము లేదు. నేనీతోట సంరక్షణమును గురించి నాలుగుదినములనుండి నాబొందోయవి పాటు బడుచున్నను, ఇప్పటికినిఁ బని పూర్తి కాలేదు. ఈతోటలు దొడ్లు మరణకాలమున మనతో వచ్చునా యని యూరకుండలేము. ఏమతమువారికైనను, ఏజాతివారికైనను, "నేను నాఁడ" యను భావములు శల్యగతములై యుండి విడిచిపెట్టవు.

అనంత.—"అహం" బ్రహ్మస్వరూపముకదా?

సీతా—అహంభావ మనునది దేని ననుసరించియుండునో కాని యది యొక యసమానమైన శక్తిసుమా. స్మార్తులైనను, వైష్ణవులైనను, శైవులయిలను, మాధ్వులయినను తుదకు నాస్తికులైనను "నేను, నాది" అనుటలో అందరును ఏకగ్రీవులే. జన్మాంతరమున నేను యనునది యేరూపము జెందినను ఎందు లీనమైనను ప్రకృతావస్థయందది యనిర్వచనీయమైన శక్తి.

అనంత—బౌద్ధులు, బ్రహ్మసామాజికులును, తక్కిన వారివలె నంత యహంభావప్రేరితులు కారని నాయభిప్రాయము.

సీతా—ఎందువలన ?

అనంత—బ్రహ్మసామాజికులకు స్వేచ్ఛయు, సంఘసామాన్యభావమును పరమార్థములు. అందొకరికంటె నొకరధికుల మని స్వాభిమానములకు లోనై మెలగుట లేదు. బౌద్ధమతమునందు నట్లే సంఘమందొకరికంటె నొకరి కధికాధికారము లేదు. గురుశిష్యులకైనను సంఘమునందు సమానాధికారమే కలదు. హిందూమతమును జూడుడు. ఈచతుర్వర్ణాశ్రమవిభాగమునఁజేసి ఒకవర్ణమువా రొకవర్ణమువారికంటె నెక్కువ యధికారము గలిగియుండుట మానవసృష్టిలోపమేగాని భగవత్సృష్టి లోపమైయుండదు.

సీతా — నేనొక విషయమును గురించి చర్చించుచుండ నీవింకొక విషయమున కేగితివి. కానిమ్ము బౌద్ధమతమునుగూర్చి నీవింకను కృషి చేయవలసియున్నది బౌద్ధమత మిట్టిదని నిరూపించుటకు వీలులేనిస్థితియందున్నది. హింస, అసత్యము చౌర్యజారత్వ, మద్యపాన విసర్జనములు వారికి ముఖ్యనియమములైనను చీనాదేశపుబౌద్ధులు జంతుహింసకు మాంసభక్షణకు, మద్యపానమునకు నెనుదీయరు. మఱియుఁ గొన్ని తెగలవారికిఁ దక్క నితరులకంతకు సంఘమున హెచ్చుతగ్గులు గలవు. మతమున నేమున్నది నాయనా! మనస్సున నున్నది ఏమతము నవలంబించిన నేమి? భగవంతుఁ డేయేరూపములఁ దన్ని వరు ఆరాధింతురో వారికిఁ దానాయారూపముల తోడనే ప్రసన్నుఁ డగును ఇఁక చతుర్వర్ణములు బ్రహ్మసృష్టియని వేదము లుద్ఘోషించుచుండ అది మానవసృష్టి యెంతమాత్రమును కాదు.

అనంత — మన మతము మానవసృష్టిలోనిది కానిండు. బ్రహ్మసృష్టిలోనిది కానిండు. జాతివిభాగము మాత్రము సంఘాభివృద్ధికి ఉపయోగింపదు. సంఘమునందలి యెల్లరు నొకరి సుఖదుఃఖములయం దొకరు పాల్గొని తదుచితసాహాయ్యము చేసికొను చుండవలయును. మన దేశమునం దెన్నో భాషలు. నొకభాషకు సంబంధించినవారిలో నెన్నో తెగలు

నుండుటచేతనే దేశము తన యైకమత్యమును చెఱుచుకొని పరాధీనమై యున్నది.

సీతా—ఐకమత్య మొకరి సుఖదుఃఖముల నొకరు పాల్గొనినంతమాత్రమున సరిపడదు. అవకాశము ననుసరించి యది వృద్ధిఁ బొందును. సంఘమున కంతకును ఏదో యొక సామాన్యాభిలాష కలిగినప్పుడు దానిని నెఱవేర్చుకొనుట కందఱును ఏకగ్రీవులై పని చేయుదురు. ఐకమత్యమిట్లు తనంతట దానే యుద్భవిల్లును. తనంతటఁ దానే స్థిరపడును. అందు వారు భిన్నాభిప్రాయు లైనచో నది పొసఁగదు.

అనంతుఁ డందు కేదో చెప్పఁబోవుచుండ బండిచప్పుడు వినవయ్యెను. తోఁటలోని కెవరో చుట్టములు వచ్చుచున్నట్లును తోఁచుటచే నతఁడు సెలవు తీసికొని వెడలిపోయెను. గదిలోనుండి యంతదనుక నాసంభాషణము నతిశ్రద్ధతో నాలకించుచుండిన రాధ యనంతుని వెంబడి తన దృష్టిని కొంతవఱకు సాగించి యాతని సుందరాకృతి మెచ్చుకొనుచు, భగవత్సృష్టి యను నమూల్యమణిహారమునందగ్రమణియై యొప్పఁదగిన యాతని సంభాషణాశ్రవణమే కాక శరీరస్పర్శనమును లభించినచో తనదే యదృష్టమనుకొనుచు ఇంటి కెవరో బంధువులు వచ్చుచుండుటచే త్వరగ దీపము పెట్టఁబోయెను.

అనంతుని నిష్క్రమణానంతరము సీతారామయ్య "సత్సంగత్వే నిస్సంగత్వం" అను భజగోవింద శ్లోకమును స్మరించుకొనుచు వచ్చిన బంధువు నెదుర్కొనుటకుఁ బోయి యామెను దోడ్కొని వచ్చెను. ఆమె స్థూలకాయురాలు. నీటుగఁ దల దువ్వుకొని నుదుట నంగారుచుక్క పెట్టుకొని ఒక దక్షిణాది చీరెయు, నదేమాదిరి రైకయుఁ దొడిగికొని పలువిధము లగు భూషణములతో నొప్పుచున్న ముప్పది సంవత్సరముల వయస్సుగల పుణ్యాంగన ఆమెను దేటిపాటిఁ జూచుచు రాధ గుమ్మమువద్ద నిలువఁబడెను. సీతారామయ్య రాధకు వచ్చినయామెను జూపి "మీపిన తల్లి" అని చెప్పెను. అది విని "ఏమి చెప్పుటకుఁ దోచకున్న రాధను సమీపించి కనకమ్మ సందిట బిగియఁబట్టి "అమ్మాయీ! నీవు నన్నెఱుఁగవు. అమ్మ బ్రతికియున్నప్పుడు అప్పుడప్పుడు వచ్చెడిదానను. పాపము మీయమ్మనే నీవెఱుఁగవు కాఁబోలును. అవును. నీవేమెఱుఁగుదువు? నీవు భూమిమీదఁ బడిన వెంటనే యామె చనిపోయినది" అనియెను.

రాధ—అది నాదురదృష్టము.

కనకమ్మ—కామటమ్మా! మగపిల్లల కేమిగాని తల్లిలేని యాడుపిల్లలకు ముద్దుముచ్చటలు తీఱవు. అయ్యో! అదృష్టమా! తల్లిలేని పిల్లగా నైన నుండనిచ్చినాడా భగవంతుఁడు? దాని కాపురము మంటగలిపి దాని పసుపు కుంకములు మంటఁబెట్టినాఁడు కాని"

ఈమాటలువినుచున్న రాధ దుఃఖమపరిమిత మైనను ఎట్లో దిగమ్రింగికొనియెను. ఎన్నఁడును జూచియెఱుఁగని తన తల్లినిగూర్చియు, చూచెనో లేదో యన్నట్లు సరిగ జ్ఞప్తికి రాని భర్తనుగూర్చియు, నికారణశోకమున మగ్న యగుట వెఱ్ఱికదా ? రాధ మాతాభర్తలకై విలపించుట లేదు; గాని తన దుర్దశను దలంచికొని కన్నుల నీరు పెట్టుకొనుచుండెను. సీతారామయ్యకు కోపప్రసంగము దుర్భరమై "కనకమ్మా చాలరాత్రి యైనది లెమ్ము. రైలుదిగి వచ్చినావు ; గావున నీవు బట్ట తడుపుకొనునంతలో నావంటయు నగు" ననియెను.

కనకమ్మ—బాగున్నదోయి ! నీవు వండుటయు నేను దినుటయునా ? ప్రతిదిన మట్లే చేసిపెట్టినచో నిక్కడనే యుండిపోయెదను.

సీతా—అంతకంటెఁ గావలసిన దేమున్నది ? దయ యున్నది కనుక వచ్చితివి కాని నీవెందు కుందువు ? ఒక్క గడియ యుండుమనిన నుండవు.

కనకమ్మ —సరిసరి ! బాగుగ నే యున్నది. నీవేమియు నాకుఁ జేయనక్కఱ లేదు. నీయింట నీపూట వంట చేయ నిమ్ము.

సీతా—నీవు వండిన మేము తిన్నట్లే. నీవెప్పుడైన వంటజేసి యెఱుఁగుదువా ?

కనకమ్మ—పోని మ్మదియు మంచిదే. పెద్దబావగా రాడంగులలోనే జమ కనుక నేను కూర్చుండి తినినను తప్పు లేదు.

ఇట్లు చెప్పి యామె స్నానమున కని నూతికి వెడలి పోయెను. రాధ తండ్రిదగ్గరకుఁ బోయి ఏకాంతముగ "నాన్న గారూ! నాకీమె పినతల్లియా? నేనెన్నఁడును ఈమెను జూడలేదే?" అని యడిగెను.

సీతా—అవునమ్మా! నీకు నవతిపినతల్లి. ఆమె భర్త యగు శివరామరావుగారు చెన్నపట్టణమున గొప్ప వకీలుగా నున్నారు ఈమెకు సంతానము కలుగలేదు. ఎన్నోసారులు నిన్ను తీసికొనిపోయి దగ్గర నుంచుకొనియెద నని చెప్పినది కాని నేనే నిన్ను బంపలేదు.

రాధ—ఇప్పుడు మాపిన్ని యేదైనఁ బని యుండి వచ్చినదా? ఊరకనే వచ్చినదా?

సీతా—నేనే యొకసారి రమ్మని వ్రాయఁగా వచ్చి నది. పాపమామె చాలమంచిది గావుననే రమ్మనఁగనే వచ్చినది. రాధా! నీవామెతోఁబోయి చెన్నపట్టణమున నుండవలెను.

రాధ—ఎందుకండీ?

సీతా—వేఱేమియు లేదు: నేను కాశీవాసమునకై పోవనుండుట నీవే యెఱుఁగుదువుగదా? ఇక్కడ నిన్నొం

టిగ విడిచి యెట్లు పోఁగలను ? ఆమెవద్ద నీవున్నచో నీవిష యమై నాకెట్టి బెంగయు నుండదు

రాధా—అబ్బా! నేను పోనండి. మీరు పోయి కాశీలో నున్నచో నాకు మాత్రము బెంగ కాదా ?

సీతా—బెంగ కేమున్నది ? ఇఁకను జిన్నపిల్లవా యేమి నీవు ? నేను తఱుచుగ నుత్తరములు వ్రాయుచునే యుందును.

ఇంతట కనకమ్మ తిరిగి వచ్చుటయు వారి సంభాష ణము ముగిసెను. భోజనానంతరము రాధ నిద్రపోయిన పిదప కనకమ్మయు సీతారామయ్యయు నిట్లు సంభాషించిరి.

కనకమ్మ—బావా! నీ కాశీప్రయాణము నిశ్చయ మైనట్లేనా ?

సీతా—ఇంకను సందేహమా ? ఈతోఁట నమ్మి వేయుటయే యాలస్యము.

కనకమ్మ—నీవు కాశికిఁ బోయినఁ బోవచ్చును; గాని తోఁటనేటి కమ్మవలెను ?

సీతా—జన్మము సార్థకముగ దానధర్మాదులు చేసి కొనుటకు.

కనకమ్మ—నీదానధర్మాదులకుఁ గావలసిన ద్రవ్య ము నేనిచ్చెదను. కాని తోఁటమాత్రము చెఱుపక పిల్లపేర వ్రాసి యెవరి కైన అమరకము చేసి వెళ్ళుము.

సీతా—నీ సలహా చక్కఁగ నున్నది; గాని తోఁట నమరకము చేసి అందువలన వచ్చు ధనముతో నేను దాన ధర్మాదులు చేసికొనఁగలను. నీద్రవ్యము స్వీకరించి ధర్మము చేసినఁ బ్రయోజనము లేదు.

కనకమ్మ—దీని కేమి గాని? నన్ను రప్పించిన కారణ మేమి? నేను తిరిగి రేపటిబండియందే పోవలెను. మీ తమ్ముని కాఱుమాసములనుండి జబ్బుగా నున్నది.

సీతా—అయ్యో! ఏమి జబ్బు?

కనకమ్మ—దగ్గు, వగర్పు, జ్వరము. దేహము పుల్ల లాగున నైపోయినది. రెండు మెతుకు లైనను నోటికిఁ బోవుటలేదు. డాక్టరుగారు ప్రతిదినము వచ్చుచునే యుందురు. క్షయ అని పోల్చినారు.

సీతా—అన్నా! తగని జబ్బు పట్టుకొన్నది. క్షయ రోగముల కన్నిటికిని రాజువంటిది. ఆజబ్బు కుదురునది కాదు. ఆఁకలియుఁ జెడిన నిఁక నాశ తక్కువే.

కనకమ్మ—ఆజబ్బువరునఁ జూడ నట్లే యున్నది. ఇంట నేనొక్కరితను తప్ప వేఱెవరును లేరు. ఎన్నిసారులు కోరినను నీవు రాధను మాయింటికిఁ బంపవైతివి. ఇప్పుడైనఁ బంపినచో నాకుఁ జాల సాయముగ నుండును.

సీతా—రాధను నీతోఁ బంపుటకే నిన్ను రమ్మంటిని. నేను కాశీవాసము చేయఁబోవుచున్నప్పుడు ఇంక రాధను నీయింటఁ గాక వేఱెచ్చట నుంచఁగలను?

కనకమ్మ—అదియుఁగాక. ఈడు వచ్చిన పిల్లను ఆఁడుతోడు లేనిదే నీవుంచ మనినను నేనిఁక నిచ్చట నుంచఁ దలఁచుకో లేను. అమ్మాయి యేమనుచున్నది నాతో వచ్చునా?

సీతా—నన్ను విడిచి యుండలే ననుచున్నది. కాని వచ్చునట్లు చేసెదను.

పిదప వారు శివరామరావు వ్యాధిని గురించియు నింక నితరవిషయములను గూర్చియు, సంభాషించి విశ్రమించిరి. తెల్లవాఱుజామున బండివాఁ డదివఱకు జరగియున్న యేర్పాటుచొప్పున రెయిలుకే ళయిన దని పిలువవచ్చెను. కనకమ్మ లేచి ప్రయాణ మగుచుండెను రాధ కంటఁ దడిపెట్టుకొనుచుఁ బ్రయాణము నుపేక్షించెను. కనకమ్మ చాలసేపు మంచిమాటలు చెప్పఁగా రాధ యెట్టకేల కియ్యకొనియెను. తండ్రివద్ద సెలవుగొనుచు రాధ చాల దుఃఖించెను. సీతారామయ్య "వెఱ్ఱిదానా! ఈమాత్రమునకే బెంగపెట్టుకొందువా? మీపినతల్లి నీకేలోపమును గలుగకుండ రక్షించును" అని చెప్పుచు నామెను బండి యెక్కించి తాను తిరిగి పోయెను.

అదినమున నాతఁడు పరిమళము దొరంగిన పుష్పమును, మధురిమ వీడిన ఫలమును బోలి పుత్రికావియోగమువలన భోజనముమీఁద దృష్టి లేక కళావిహీనుఁడై వెఱ్ఱివానివలెఁ దోఁటలోఁ దిరుగ సాగెను.

ఆసాయంకాల మనంతుఁడు ఆతోఁటకు వచ్చునప్పటికి రాధ చెప్పినట్లే గృహమునఁ బాడుకళ తోఁచుచుండెను. కారణ మాత డూహింపఁజాలక సీతారామయ్య దర్శనము చేసి రాధ చెన్నపట్టణము పోయె ననియు, నామె యిప్పటికే వితంతు వనియుఁ దెలిసికొని అపార మగు తాపమునకు లోనయ్యెను.

"నేనెంతటి బుద్ధిహీనుఁడను! రాధకు నాకునుగల సంబంధ మేమి? నేనేల నామె నిర్మలహృదయమును శృంగార పరిస్ఫురణము లగు నావ్యర్థభాషణములచే మలినము గావించితిని? ఏమీ? రాధను నేను ప్రేమించుట తప్పా? ఆరాధ వాడిన చేనికి వర్షముగదా? నాహృదయస్థితము లగు ప్రణయభావములను వెలిపుచ్చునపు డామె ముఖవిలాస మించుకయుఁ జలింపఁ లేదు సరళస్వభావమును, గంభీరభాషణములును జట్టుగట్టి యామె కొక వింత సోయగమును జతకూర్చెను. అట్టి యసామాన్యసౌందర్యరాసినిఁ జూచి యోర్వలేక దైవ మామెకు భర్తృవియోగము గలిగించెను. ఇక సంసారసౌఖ్య మామెకు సున్నకదా? ఎవ్వ రెట్టి యభ్యంతరములు చూపినను ఆమెను పెండ్లియాడిననే నాజన్మము సార్థక మగును? అని నిశ్చయించుకొని యాతఁ డింటికిఁ జనియెను.

రాధానంతము.

నాల్గవ ప్రకరణము.

రాధానంతుల పరస్పరానురాగబీజము మొలకలెత్తి పుష్పించి ఫలింపకమునుపే దోహిదలోపము చేయుటకో యన కనకమ్మ వారికి వియోగమును కల్పించిన పిదప ఇట్టే కాలచక్రము తిరిగి మూడుసంవత్సరములు గడచెను.

"జయము కలుఁగుతాది. జయము కలుగుతాది. పలికిన పలుకు, తలఁచిన తలఁపు, కోరిన కోరిక. భగవంతుని కృప. భగవంతుని కటాక్షము. అంబా పలకవే జగదంబా పలకవే. ఈశ్వరీ పలకవే. జగదీశ్వరీ పలకవే. కాళీ! భగవతీ! దుర్గా! చండికా!" యను ప్రసంగములతో మధ్య బుడబుడక్కను శబ్దములను మోగించుచు నొక బుడబుడక్కల వాఁడు జగన్నాయకపురవీధులను దాఁటి పోవుచుండెను. ఆఱడుగుల పొడుగును విశాలవక్షమును పూర్తిగా పెరిగిన గడ్డమును గలిగి, ఈశ్వరునకు పులితోలు వలె భుజముపై నొక మాసిన బొంతయు, నందిట కొం

చెము చినిగిన చెప్పుబట్టలును, నడుమునకు బిగించిన తురక గుడారను, [illegible]పై నొక యరచొక్కాయి నాతఁడు ధరించియుండెను.

అంతకృతకముచే గాక కేవలము స్థూల మనిపించు కొనిన కండపుష్టిగల బాహుబల శరీరముతోఁ బొట్టియుఁ బొడుగును గాని యొక యువజనుఁ డాతని వెంటఁ బోవు చుండెను. ఆతని మసరు మొగమున నొక కుంకుమబొట్టును మెలికల తిరిగి నిక్కసండ్లు నిలువఁబెట్టఁజాలిన మీసములకు దోడు గిరిజాలజుట్టును, నంనుపై సన్నపుటెఱ్ఱపట్టుబట్టతోఁ జీవిగఁ జుట్టిన జమిన్దారీల పాగయు, చెవుల తమ్మెంట్లును, చేతుల నున్న సింహతలాటపు మురుగులును, చేతనున్న లాటీకఱ్ఱయు, [illegible] ముష్కరుఁ డగు క్షత్రియవంశ సంభూతుఁ డని సూచించుచుండెను.

ఊరు విడిచి వారిప్పుడును జేరిన రంగస్థలము తిరిగి సీతారామయ్యగారి యుద్యానప్రాంతమే. ఆప్రాంతమున రస్తాలోనున్న రసాలతరుచ్ఛాయను వారాసీనులై యీ విధముగ సంభాషించిరి.

బుడ్డాభాయి! మాది హైదరాబాదు దేశం. మేం లోకాన్కి మేలు చేయడాన్కి యిట్లా బయలుదేరి వస్తూ వుంటాం. మాయింటిమీద పుట్రి, పిల్లా, కూనా అంతా వుం డారు. నీకీ ముఖంకే సూస్తే బలే వస్తాద్ తోస్తుంది. నీకీ

మనస్సు మంచి తెల్వీగా వుంది. మాకీ స్వర్ణయోగం, వశీకరణయోగం, రాజావశీకరణ యోగం, ఔరత్ వశీకర్ణ యోగం, ధనయోగం, అంతా తెల్సివుంది. ఆయోగ మంతా నీకీ నేర్పిస్తే మాకీ యేమి ఫాయిదా ?

యువకుఁడు—మీరు చెప్పినట్లు నడుచుకొనెదను.

బుడ—అచ్ఛా! ముందు మీపేరు మాకీ జరా చెప్పండీ యింటాం.

యువ—హయగ్రీవరాజు.

బుడ—అరే. ఆయగుర్రంరాజు అంటే యేమ్పీ భాయి! మాకీ అర్థ్వం తెల్వాలేదు

యువ—మీరీశ్వరీ, జగదీశ్వరీ యని యిన్నిసారులు పలుకగలరు గాని హయగ్రీవ మని పలుక లేరు.

బుడ—అరే! అది మాకీ బావాజీ నేర్పించినాఁడు. గుర్రంరాజు అచ్ఛా నహీ నీకీగోడాబాయి చెప్తా. నాకీ పూఛో బావాజీ!

గోడా—అట్లే కానిండు.

బావాజీ—గోడాబాయి! నీకీ యేమీ యోగం కావాలా ? బోలో భాయి!

గోడా—నాకు స్వర్ణయోగము కావలెను. స్వర్ణయోగము నేర్చుకొనిన బంగారము చేయుట రాదా ?

బావాజీ—అరే! అదీ రాక్పోతే యింకేమ్మీ వస్తుం దీ భాయి! నీకీ సోదా కావాలీ అంటే చూడు. (తోడ నున్న మంటెని నలిపి యొక రూపాయ చూపించెను.

గోడా—(ఆశ్చర్యముతో)బంగారము చేసిచూపుఁడు.

బావాజీ—దానికి చాలాఁ లష్కరు వుంది. జపంతపం చేయ వలా. అరే గోడాభాయి! మన్మ భాయిభాయి వుండ్వాలా. మాటామాటా నమ్మకుండువాలా.

గోడా—ఆహా! నమ్మకమే.

బావాజీ—నమ్మక్ అంగార్ అయితే యేంపూచీ?

గోడా—మీయిష్టము వచ్చినది కోరుకొనుఁడు.

బావాజీ—నేను యెక్డా సెప్తే అక్డా పోవలా. నే నేమ్మీచెప్తే చెయ్యాలా.

గోడా—ఎంతటి గోడలైన దుమికి దోచుకొనిరాఁ గలను. మీకుమ్మక్కుమాత్రి మవశ్యకము.

బావాజీ—అచ్ఛా! నీదీ ధనజాతకం భాయి! అం దీక్కోసం నీకీ చూసేతల్కీ నాబుద్ధి బురికి యేమ్సెప్పిందీ గోలేతో వీడు బలే పన్కీవస్తాడ్. యెక్డా పోయినా స్వర్ణ యోగం చెయ్యవచ్చు. చురుకుమన్సీ వీడికీ పకడ్డేవుచేస్తే మన్కీజయం కల్గుతాదీ చెప్పింది.

గోడా—స్వర్ణయోగము నాకెప్పుడు నేర్పెదరు?

బావాజీ—అరే! నీకీ అంతా తొందారి అయితే

యేమీ తెల్వాదుబాయి! మీరు మాతో దేశదేశాల్కీ రావాలాకోర్తాం.

గోడా.—ఈయూరు విడిచి మీతో దేశములవెంట నేనెట్లు రాగలను?

బావాజీ—అరే! యెక్డా చెప్తే అక్డా పోతాఁ సెప్పినావు లేదూ? ఇప్డే జూటాబాత్ చేస్తావ్ భాయి! నేనెక్డా పోతే అక్డా రావాలా. ఎక్డా బంగారం దొరికితే అక్డా పోవాలా.

గోడా.—మీరిప్పుడేదేశము పోయెదరు?

బావాజీ—ఏదేశమ్కీ బుద్ధి చెప్తే ఆదేశమ్కీ పోతాం. (స్వగతము) యీాడ్కీ యేలూరు సానియింట వస్తే చూసినాం తోస్తాది. మాట జారీ చేసి చూస్తాం. (ప్రకాశము) భాయి! మీాకీ యేలూరు సానియింట స్నేహాం వుందీ లేదు?

గోడా.—(గజగజ వడఁకుచు) బావాజీగారూ! మీకా సంగతి యెట్లు తెలిసినది? ఎవరికి నాసంగతి చెప్ప నని ఖరారుచేసిన వో మీ వెనుక నేదేశమున కైన వచ్చెదను.

బావాజీ—మాకీ దివ్యదృష్టిమే తెల్సింది బాయి! యెవర్కీ ఆమాట చెప్పంలే. ఆమాట చెప్తేమాత్రం నీకీ భయమెందుకు భాయి?

గోడా.—నేను సుమా రేఁబదితులముల బంగారమును మాయింటినుండి తీసికొని పోయి యేలూరులో సాని కిచ్చి

దొంగలు దోచుకొన్నట్లు మావాళ్ళు నమ్మలాగున, చేసి నాను.

బావాజీ—ఓహో! ఆమాటా తెలిస్తే మీతండి) గుస్సా అవుతాడూ భయం నీకీ, ఫర్వా లేదు. మేం యెన రికీ సెప్పంలే. మాదీ నాల్కా వక్కీ భాయి రెండూ కాదు.

గోడా—నన్ను రక్షించినవా రగుదురు.

బావాజీ—మంచిది. అలుచ్ఛాముండకీ బంగారం యిచ్చేతో నాకీ సమాధానం నహీ. ఆబంగారం మక్కీ రావాల. అరంధాకీ మట్టీ యీావాలా మాదీ షంకల్పం. మన్మ రేపే యేలూరు పోయి ఆబంగారం హమేషా స్వర్ణ యోగం చెయ్యాలా.

గోడా—మీకు పోలీసు భయము లేదా ?

బావాజీ—యెన్ని వూర్లూ వుంటే అన్ని వూర్లూ పోలీసు మక్కీ గులాం. మాట బేజరూరూచెప్తే కనికట్టు చేసి వాళ్ళకంటీలో మన్నూ కొడతాం. నేను పదిమంవల్సే రాలు స్వర్ణయోగం చేస్తే నాకీ పోలీస్ వర్వా నహీ. నీకీ వఖ్మాటు చేస్తే వర్వా యెందుక్కా భాయి!

గోడా—మీదే భారము!

బావాజీ—కూచ్ వర్వా నహీ. నీతల్కాడూకీ నా తల్కాయూ హడ్డూనిలుస్తాదీ భాయి!

గోడా—అట్లయిన నిప్పుడే పోదము రండు.

బావాజీ—అచ్ఛాబాత్ ! నిక ల్దేవు.

పిదప వారిరువురు నప్పుడే యేలూరికిఁ బ్రయాణమైరి. హయగ్రీవున కేలూరిలో పరిచితురాలు చంద్రరేఖ. ఆపెగృహమున నామెయు నామె ముసలితల్లియు నివసించియుండిరి. హయగ్రీవుఁడు బజారునకుఁ బోయి మిఠాయి సామాను, రెండు విస్కీ బుడ్లు, తీసికొనివచ్చి చంద్రరేఖ తలుపు తట్టెను. ఎందువలననో యెవరును చాలకాలము వఱకును దలుపు తెఱువరైరి.

"హయగ్రీవరాజును నేను. త్వరగాఁ దలుపు దీయండి" అని యాతఁడు తన పేరు చెప్పి మఱలఁ బిలిచెను. అప్పటికీ యాయింటియరఁగుమీఁద నాసీనుఁడై యున్న బావాజీ "అరే భాయి! నీకా పేరు మర్చిపోవాలా. అసల్ పేరూ చెప్తే ప్రమాదం వుంది" అని మందలించెను. ఇంతట వేశ్యమాత తలుపుతీయ హయగ్రీవుఁడు లోపలఁ బ్రవేశించెను. హయగ్రీవునిఁ జూచినతోడనే యామె "బాబూ! రాజగారూ! మీరు చేసిన మేలు మేము నిలుపుకో లేకపోయినాము. మాదురదృష్టమిట్లుండ మీ రేమి చేయఁగలరు? పట్టిన కొమ్మ చింత కొమ్మగదా యని యెంతో సంబరపడుచుంటిమి" అనుటయు నాతఁడు చంద్రరేఖ కేమి ప్రమాదము వాటిల్లెనో యని త్వరగ నామె గదికేఁ బోయెను.

ఆగదిలో మినుకు మినుకు మనుచు నొక చిన్నదీపము వెలుఁగుచుండెను. నిచ్చెన వేసికొని యెక్కవలసినంత యెత్తెయిన పందిరిమంచమును, అందుపై కెక్కుట కమర్చబడిన మెట్లును, ఆగదిలోమూఁడుపాళ్ళ స్థలము నాక్రమించెను. ఒక ప్రక్క రెండు వాలుకుర్చీలును రెండవప్రక్క వెలగల చీరలతో నిండియున్న అద్దముల బీరువాయు చుట్టును శృంగారమును వర్ణించు పటములును అందుఁ గలవు.

చంద్రరేఖ యంతదనుక మంచముపైఁ బరున్న దయ్యు హయగ్రీవా గమనము నెఱిఁగి తద్ద్వారపార్శ్వము క్రింద నొక చాప వేసికొని ముఖమును మెత్తని తలగడపై నుంచుకొని శయనించియుండెను. హయగ్రీవుఁడామె దగ్గఱఁ జేరి చంద్రరేఖా యని పిలిచెను. ప్రత్యుత్తరము లేదు. అతఁడు నామె ప్రక్కనే యాచాపపైఁ గూర్చుండెను. ఆమె వెక్కివెక్కి యేడ్చు నిస్వనములు మాత్రము వినవచ్చుచుండెను. హయగ్రీవున కాందోళన హెచ్చుచుండెను. "చంద్రరేఖా! నీవు నగ లేమియుఁ బెట్టుకొనక మాసినబట్ట కట్టుకొని యీచాపపై దొర్లుటకు నాకుఁ గారణము తోఁచ లేదు. నగ లన్నియుఁ బెట్టుకొని ఘల్లుఘల్లున నాకెదురు రాలేదు సరికదా నేనడిగిన ప్రశ్నకైనఁ బ్రత్యుత్తర మీయ వేమి?" యని యడిగెను.

అందుకుఁ జంద్రరేఖ గొంతెత్తి "నాబంగార మేదని యడుగుచున్నా రయ్యా! నేనాయన ముఖ మెటు చూచెద

నమ్మా? నాయిల్లు దోచుకున్నాఁడమ్మా. నాయిల్లు గుల్ల చేసినాఁడమ్మా. వీనియింటఁ బీనుఁగు వోదా? వీని నమ్మవారు కడుపునఁ బెట్టుకోదా? వీనిని బెజవాడ కనకదుర్గకు బలివేయనా?'' అని విషాదరౌద్రము లొక్కసారి పెనఁగొన నేడ్వసాగెను.

హయ—నీ వేఁపుమారి నే నడిగిన దానికి సమాధానము చెప్పుము. నేనిచ్చిన బంగార మేమయినది?

చంద్ర—(తన బాహులత నాతని కంఠమునఁ బెనవైచి గద్గదస్వరమున) చెన్నపట్టణమున బారిష్టరు నని చెప్పెడివాఁడు కాఁడా? వానిని మీరు చూడలేదా? కోర్టుకు వేసవిసెలవు లని యిక్కడ రెండు నెలలు నుండిపోయినాఁడు. మీరున్నప్పుడు కూడ రెండు మూఁడుసార్లిక్కడకు వచ్చినాఁడు. వాఁడే నాకొంప ముంచినాఁడు.

హయ—ఏమి చేసినాఁడు?

చంద్ర—నావల్ల నేమైన తప్పున్న దేమో చూడుఁడు. అతఁ డెన్నిసార్లు నాయింటికి వచ్చినను హయగ్రీవముగారికిఁ దప్ప నింకొకరి కిచ్చుట స్థలము లేదని చెప్పుచుంటిని. నెలదినములనుండి తమ దర్శనమే లేదు. అతఁడు ప్రతిదినమును వచ్చి మాయమ్మను బ్రతిమాలెడువాఁడు. ఆమె చేతిలో నల్లమందు ఖర్చునకు అర్ధ, రూపాయి పెట్టెడివాఁడు. "ఇఁక హయగ్రీవరాజుగా రిక్కడికి రానేరారు. వారు నిన్ను

విశిచిపెట్టినా" రని వానినిఁ జేరఁదీసినది మాయమ్మ. దా నమ్మ కడుపు మాడ మాయమ్మ నాకొంప తీసినది.

హాయ—సరే. బాగున్నది. మీకులమునకు నీతి యెక్కడ ? తరువాతి కథ చెప్పుము.

చంద్రి—అతఁడే నాకు విస్కీ త్రాగుట నేర్పెను. అందువలననే మిమ్ము నప్పుడప్పుడు విస్కీ తెమ్మని యడుగుచుంటిని. ఇప్పు డా విస్కీయే నాకొంప తీసినది.

హాయ—విస్కీ యేమి చేసినది ? ఇప్పుడును నీకొఱకు రెండు బుడ్లు తెచ్చితిని.

చంద్రి—విస్కీ పేరు చెప్పిన నాగుండెలు జారిపోవుచున్నవి. మొన్నటిరాత్రి యతఁడు బలవంతముగఁ నొక బుడ్డి యంతయుఁ ద్రాగఁబెట్టి నేనొడలు మరిచి పడిపోయి నప్పుడు నానగ లన్నియు దొంగిలించి యారాత్రే పారిపోయినాఁడు. మీరు చేసిన మేలు నిలుపుకొనలేక మీముఖము చూచుటకు మనసు చెల్లక యప్పటినుండియు నిద్రాహారములు మాని యేడ్చుచుంటిని.

హాయ—(ఆత్మగతము) అరే! వాఁడెవఁడో కాని తూచాలు తప్పకుండ నామనసున నున్నట్లే చేసినాఁడే బావాజీయు నాకిదే విధముగ స్వర్ణయోగము చేయవలసిన దని యుపదేశించెను. వీఁ డెవఁడో పులిమీఁదఁ బుట్రవలె నున్నాఁడు. (ప్రకాశము) ఛీ! నీమాట నేను నమ్మను. నీ

యినుపపెట్టె చూపింపుము

చంద్ర—అయ్యో! కర్మమా! నగ లన్నియు నుంచుకొని లేవని యేడ్చుట యిచ్చటా? (అని యినుప పెట్టె తెఱచి చూపెను)

హాయ—నిజముగ నెవఁడో చోరీ చేసినాఁడు. (అని బావాజీవద్దకుఁ బోయి బావాజీగారూ! ఆమె నగ లన్నియు దొంగ లెత్తుకొని పోయినారఁట. మన మనుకొనినట్లే యీ తేఁడును వేషము వేసినాఁడండీ. తిన్నదియుఁ గాదు కుడిచిన దియుఁ గాదు. మాయింటను లేక మనకును లేక మధ్య దొంగపా లైనదేలాగండీ? లేక చంద్రరేఖయే మన యుద్దేశమును గనిపెట్టి యింట నెక్కడ నైన పాతిపెట్టి దొంగ వేషము వేయుచున్నదేమో యని నాకనుమానము.

బావాజీ—(దివ్యదృష్టి నభినయించి) లేదు గోడా భాయి! నీసాని అబ్ధం చెప్పలేదు అదొంగకీ దివ్యదృష్టిమే చూచినాంలెండు పరారి అయినాడు. ఇప్పూ బెజవాడా లేక్పోతే నెల్లూరు లేక్పోతే మద్రాసిమే వుంటాడు. వాడ్కి బందుచేసి నీకీ పట్టియిస్తాం. మాదివ్యదృష్టికీ తెల్వంది లేదూ భాయి!

గోడా—అట్లయిన సానిమాట నమ్మవచ్చునందురా? ఆనగలన్నియు నేనిచ్చినవే. అందువలననే ప్రాణము మరింత యుసురుమనుచున్నది.

బావాజీ—నీ సానీమాటా జూటాబాత్ నహీ. హాయగ్రీవుఁ డది నమ్మి చంద్రరేఖను బుజ్జగించి తిరిగి నగలన్నియుఁ దెచ్చి యామె కిచ్చెద నని వాగ్దానము చేసి యెట్లో యారాత్రి యచ్చటనే గడపెను.

రాధానంతము.

అయిదవ ప్రకరణము.

స్వర్ణభూమి యనంబడు బర్మాదేశమునకు ముఖ్యపట్టణ మను రంగూన్ నగరమున ష్వేడాగన్ పెగోడా యను నొక సుప్రసిద్ధబౌద్ధదేవాలయము కలదు. అందొకనాటి సాయంకాల మిరువదియైదు సంవత్సరముల వయస్సుగల యొక సుప్రసిద్ధాంధ్రయువకుఁడు జన్మాంతరవాదఖండనమును జేయుచు నొక గంభీరోపన్యాస మొసఁగుచుండెను. సుమారైదారు వందలమంది ప్రేక్షకు లాతని చుట్టు నాసీనులై శ్రద్ధతో నాయుపన్యాసము నాలకించుచుండిరి. సభ యంతయు నిశ్శబ్దముగ నుండెను. పూర్వజన్మమును బునర్జన్మయు లేవని యాతఁడు నిర్ధారణ చేసెను. ఇంకొక యాంధ్రుఁడు ఉపన్యాస మైన తరువాత లేచి యాతనిని విషమప్రశ్నలు వేయసాగెను. ఆప్రశ్నముల కాతఁడు సదుత్తరము లిచ్చి తన వాదమును నిలువఁబెట్టుకొనఁ జొచ్చెను

ప్రశ్న—పూర్వజన్మకృతము గాకున్న కొందఱు ధనవంతులుగను మరికొందఱు బీదలుగను ఉండుట కేమి కారణము ?

ఉత్తరము—ఈస్థితిభేదములు జాగ్రత్ప్రపంచమున కావశ్యకములు. అందఱును బల్లకి నెక్కువా రైన మోసెడివా రెవ రన్నట్లు అందఱును రాజులై సింహాసనాధిపతు లైనచో వ్యవసాయము చేసి గ్రాసార్థము ధాన్యాదులఁ బండించువారు లేక అందఱును మలమల మాడిపోవుదురు. అందువలననే భగవంతుఁ డీస్థితిభేదములను గల్పించి యొక్కొక్కరి నొక్కొక్క ప్రత్యేకవ్యాపారమునం దుంచి పరిపాలించుచున్నాఁడు.

ప్రశ్న—పూర్వజన్మకృతము కాకున్నఁ గొందఱు సుఖవంతులుగను, కొందఱు దుఃఖితులుగను ఉండనేల ?

ఉత్తరము—ప్రతిమానవునకు సుఖదుఃఖము లుండును. ఎన్నడును దుఃఖము ననుభవింపక కేవలసుఖమే యనుభవించువానికి సుఖమువిలువ తెలియదు. సుఖదుఃఖములు మానవకృతములే కాని పూర్వజన్మకృతములు కావు. సామాన్యముగ దుఃఖకారణములు వ్యాధి, వియోగము, దారిద్ర్యము, మొదలగునవి. వ్యాధులు మూడువంతులు స్వయంకృతాపరాధములే. అవి భోజనాదివిషయములలో వ్యాధిగ్రస్తుని యజాగ్రత్తవలనను, సంఘముయొక్క దురా

చారములను బట్టియు, దేశకాలములనుబట్టియు సంభవించును. ఒకనాఁ డొకఁడు తినలేనన్ని బొబ్బట్లను దిని కడుపు సాగి చచ్చెనఁట. అది పూర్వజన్మకృతమా? అంటు వ్యాధులు సంఘదురాచారముల ననుసరించి ప్రబల మగుచున్నవి. క్షయరోగాదులు మన యారోగ్యసంరక్షణ మందలి లోపములచే వృద్ధి నొందుచున్నవి. వ్యాధి రూపమునఁ గాక భార్యాపుత్రాదుల వియోగములవలనను దుఃఖావస్థలు కలుగవచ్చును. ఆదుఃఖ మభిమానమును బురస్కరించుకొనియుండును. విశేష ప్రేమాభిమానములు కలవారికి వియోగ మెక్కువ దుఃఖకారణ మగును. అది కాలక్రమమున నుపశమించును. ఇఁక ధనవంతునికి సుఖమును దరిద్రునకు దుఃఖము ననుట భ్రాంతిమూలకము. ధనికులకంటె దరిద్రులే యెక్కువ సుఖులు కాకున్న ఆవిషయమును ఇద్దఱును సమానులే యని నాయభిప్రాయము. ధనవంతులు పంచభక్ష్యాన్నములును భుజించి దేహపరిశ్రమ లేక భోజనపదార్థముల సారమును గ్రహింప లేక రోగపీడితులై దుర్బలు లగుదురు. దరిద్రులు గంజి త్రాగినను అందలి సారమును గ్రహించి రక్తప్రసారము వృద్ధియై చాపమీఁదఁ బండుకొనినను సుఖనిద్ర చెందును. ధనవంతుఁడు ద్రవ్యరక్షణార్థము మనోవ్యాకులతచే సుఖనిద్ర జెందఁజాలఁడు. అంతియ కాక దుర్వ్యసనముల

నభ్యసించి యిల్లు గుల్లజేసికొనును. భక్తవిజయమున జయదేవుని చరిత్ర చదివివారికి దరిద్రావస్థయందే సుఖముగ జీవింపఁగల మని తోఁచఁగలదు.

ప్రశ్న—"పూర్వజన్మకృతం పాపం వ్యాధిరూపేణ బాధతే" యను నార్యోక్తియందలి నిజానిజము లేమి ?

ఉత్తరము—ఈయార్యోక్తి యజ్ఞాను లగు పూర్వులచే గనిపెట్టబడినది. యిప్పుడు శాస్త్రాభివృద్ధివలనఁ బ్రతి వ్యాధికి నేదో యొక కారణము కనిపెట్టఁబడినది. కుష్ఠరోగమునకుఁ గారణము పూర్వజన్మకృతమే యని యాయుర్వేదమున సూచింపబడినది. పాశ్చాత్యు లారోగ మొక విధమగు క్రిమిజాలమువలన కలుగుచున్న దని నిరూపించుటయే కాక యాక్రిమిరూపములను మనకు భూతదర్పణమును జూపించుచున్నారు. ఈయార్యోక్తినే యాధారముగఁ జేసికొని మనవారు రోగములకుఁ దగు చికిత్సలు చేయించుకొనక బాధపడుచున్నారు.

ప్రశ్న—పూర్వజన్మమునఁ జేసిన పాపఫలము ననుభవించుటకే యీజన్మ మనకు విధింపఁబడె నందురుకదా ?

ఉత్తరము—అదియే వాస్తవమైనచో మన మేపాపములకై యేశిక్ష ననుభవించుచున్నామో తెలిసికొనుటకవకాశము లేదు. అట్టి యవకాశముల నీయక దండించునంతదుర్ణయుఁడు కాఁడు భగవంతుఁడు. ఏనేరమునకై యే

శిక్ష నెవరనుభవించుచున్నారో తెలియనప్పు డాశిక్ష విధించిన ఫలము లేదు. ఆశిక్షాఫలితముగ ఆయపరాధి తన ప్రవర్తనమును సవరించుకొనవలదా? శిక్షార్హున కపరాధస్వభావము తెలియజేయకుండ దండించు భగవంతుని గృపాణస్వభావుఁ డనియుఁ గ్రూరుఁ డనియు నిందింపవలసినది. పరమదయాస్వరూపుఁ డును, రాగద్వేషాది రహితుఁడును, నగు భగవంతుఁ డిట్టి యనాచారము నొనరింపఁడు.

ఈవాదము ముగిసిన పిదప నెల్లవారు నాయుపన్యాసకుని వాచాలతయు పాండిత్యమహిమయు నద్వితీయము లని కొనియాడుచు నిండ్లకుఁ జనిరి. ఆప్రశ్నకారుఁడు మాత్ర ముపన్యాసకునిఁ జేరఁబోయి యాతనితో సంభాషించుచు నడుచుచుండెను.

ప్రశ్న—తమ యుపన్యాసమువలన మామనోగతములగు భేదాభిప్రాయములు విచ్ఛిన్నము లైనవి.

ఉప—ఇట్టి యభిప్రాయభేదములవలననే మన సంఘ మనేకవిధములఁ దప్పుదారినిఁ బట్టుచున్నది.

ప్రశ్న—తమ స్వస్థలము? తమ పేరు?

ఉప—జగన్నాయకపురము. అనంతరావు.

ప్రశ్న—జగన్నాయకపురమా? మానాన్నగారి నెఱుఁగుదురా?

ఉప—ఎవరు?

ప్రశ్న—సీతారామయ్యగారు.

అనంత—ఆహా! నేను చక్కఁగ నెఱుఁగుదును. మీచెల్లెలగు రాధనుగూడ నేనెఱుఁగుదును. సీతారామయ్యగారి కుమారులా! మీరు? మీపే రానందరావేనా?

ఆనంద—ఔను. నాపేరు మీకెట్లు తెలియును?

అనంత—అయ్యో! మీ నాన్నగారికిని నాకును జాలఁబరిచయము కలదు. ఆయన యొకనాఁటి సంభాషణమున మీవృత్తాంతమును జెప్పెను. ఆయన మీనిమిత్తము దుఃఖించని దినము లేదు. తుదకీ దుఃఖారణ్యమును కాశీవాసి మను కఠోరకుఠారముతో ఛేదింప నిశ్చయించుకొని వారు వెడలిపోయినారు.

ఆనందరావు మాట్లాడఁజాలక పోయెను. ఒక్కకన్నీటిచుక్క యాతని చెక్కుఁనఁజాలువాఱెను.

ఆనంద—మా నాన్నగారికి నేనిక్కడ నున్నట్లు తెలియునా?

అనంత—తెలిసిన మిమ్మిచట నుండనిత్తురా? మీనిమిత్తము వారు దేశదేశములకు వార్తల నంపిరి.

ఆనంద—ఈ దేశమునకుఁ గూలీల నంపు నొక యుద్యోగి నాచిన్నతనమున బలాత్కారముగ నన్ను బట్టి తీసికొనివచ్చెను. వచ్చిన పిదప క్రైస్తవమతమునఁ జేర్చి యన్యాయాహారముల నొసంగి కులభ్రష్టునిఁ గావించి నన్నిచట

నిర్బంధించెను. నాకు జ్ఞానము వచ్చిన పిదప కులభ్రష్టుఁడనై యుండి యింటికిఁ బోవుటకు మనసురాక మానితిని. అయ్యో! మా రాధ తన పెండ్లికి నేను లేకపోతి నని యెంత చింతించినదో కదా?

ఆనంద—మీ రాధ కెప్పుడు పెండ్లి యైనదో నే నెఱుఁగను. కాని యా నిర్భాగ్యురాలు వితంతువైన దనిమాత్ర మెరుగుదును.

అనంత—అయ్యో! ఇంక నామెకు దిక్కెవ్వరు?

అనంత—చెన్నపట్టణమున వకీలైన శివరామరావు గారి భార్య యగు కనకమ్మగారు (మీ నవతి పినతల్లి) రాధను దగ్గఱ నుంచుకొని సంరక్షణ చేయుచున్నది. ఆమె కెట్టి ధనలోపమును లేదు. పిదప నామె సంగతి నాకుఁ దెలియ లేదు.

ఆనంద—ఈవార్తకు నేను సంతోషింపవలెనో దుఃఖింపవలెనో తెలియలేకున్నాను. భర్తృసౌఖ్యము లేని యా వనవతి కెంత భాగ్య మున్న నేమి?

ఇప్పటికి వారు రాజసరోవరప్రాంతమునుఁ జేరిరి. రాధావిషయికము లగు దుఃఖవార్త లీలోపుండు నన్నిట్లీరులు నలుదెసలఁ గ్రమ్ముచుండెను. ఆనందుని సంతాపమును దానే యనుభవించుచున్నట్లు నిశాకాంత చుక్కలరూపమున అశ్రుబిందువులను విడుచుచున్నది. ఇరువురు బర్కియు లా

దారినే వచ్చుచు నేలనో ప్రక్కదారుల మెల్లమెల్లఁగ బోవుచుండిరి. ఆయిరువురిలో నొకఁడు రిక్షాబండిలో నాసీనుఁడై యుండ రెండవవాఁ డాబండిని లాగుచుండెను. "జార్‌రికీసా" యనఁగా మనుష్యునివలన లాగఁబడు బండి. ఇది జపానుదేశస్థుల నిర్మాణము. ఆబండిలో నాసీనుఁడై యున్నవాఁడు బండి దిగి వచ్చుచుండెను. ముఖము పాండురము. ముక్కు చప్పిముక్కు. శరీర మంతయుఁ జక్కని జపానుపట్టుబట్టలతో నలంకరింపఁబడి యుండెను. ఆనందుడు ముందు కడుగిడ లేకుండెను. ఆతని కాళ్ళు కంపించుచుండెను. ఒడలు వణకిపోవుచుండెను. అతఁ డనంతుని గాఢాలింగన మొనర్చుకొని "నేఁటితో నాకీలోకమున ఋణము తీఱిన" దనెను. ఆనందుని యాందోళనమునకుఁ గారణము తెలియకపోయినను అనంతుఁడు జేబులోఁ జేయిపెట్టి యేదో పైకిఁ దీసెను.

ఆనిర్జన ప్రదేశమున నిశ్శబ్ద మగు నానిశాసమయమును భేదించునట్టి రెండు ఘోరశబ్దము లుద్భవిల్లెను. ఒకటి యానందుని తలమీఁద దుడ్డుకఱ్ఱతోఁ బ్రహారణము. రెండవది బర్మీయుని వక్షమును దూసికొనిపోయిన యొక ఫిస్తోలు దెబ్బ. నిశ్చేతనులైన యాయిరువురు నప్పటితో వైర ముపసంహరించుకొని జట్టుకట్టిన ట్లాకరిప్రక్క నొకరు పడియుండిరి. ఈభయానక ప్రదర్శనమును జూచిన బండివాఁడు కా

లికిఁ బుద్ధిచెప్పఁబోగా అనంతుడు జడ పట్టుకొని లాగికొని వచ్చి యాహతకళేబరములను రెండింటి నాబండిపై నుంచి యాతనిచేతనే లాగించుకొనిపోవఁ దొడఁగెను. బర్క్మీయునకు నాడి లేదు. గుండె కొట్టుకొనుట లేదు. ఆనందుఁడు ప్రాణావశిష్టుఁడై యుండెను. శిరస్సునుండి రక్తము వెల్లువలై బండిని నింపివేయుచుండెను. అనంతుఁడు బండినాపి తన యుత్తరీయముతో నాహతప్రదేశమును కట్టెను. ఒక్కసారి యానందుఁడు తుళ్ళిపడి లేచి అనంతుని చేయి గట్టిగఁ బట్టుకొని "మాచెల్లెలి సంరక్షణము నీవంతు. ఆమె కెట్టి లోపమును లేకుండఁ జూచెదవా ?

అనంత—ఆహా ! తప్పకుండ నామెను కనిపెట్టి యుండెదను.

ఆనంద—ఖరారేనా ?

అనంత—ఖరారే. (అని యాతని చేతిలోఁ జేయి వేసెను)

ఆనంద—ఈదౌర్భాగ్యుని ప్రవర్తనములకు క్షమింపు మని నాన్నగారిని ప్రార్థించితి ననుము.

ఆనందుడు కంటఁదడిపెట్టుచు నిరుత్తరుఁ డాయెను.

ఆనంద—నాజీవనమున నెట్టి లోపము లున్నను యేసు దేవుఁడు మన్నించుఁగాక యని ప్రార్థించుచున్నాను.

అంతట నాబండి పోలీసుస్టేషనును జేరెను. పోలీసువా రాత్రిముతో నామృతకళేబరములను జూచిరి. రక్షకభటాధికారి ఆనందుని మరణవాఙ్మూలమును గైకొనియెను. బర్మీయునకును నాకును జిరకాలమునుండి వైర మున్నది. ఆతఁడనేకాంధ్రస్త్రీలను బలిమిని జెఱబట్టఁబోఁగా నేనడ్డుకొనుచు వచ్చితిని. మావైరమునకును ఇప్పు డాతఁడు నన్ను గొట్టుటకు నిదియే కారణము. నన్నాతఁడు కొట్టఁగానే మా అనంతుఁడు వానిని పిస్తోలుతోఁ గాల్చెను" అని యానందుఁడు చెప్పెను. పిమ్మట నాతనికి తృష్ణ యధికము కాఁగా ననంతుఁడు తన తొడమీఁద శిరము చేర్చి మంచినీళ్ళు పోసెను. కొంతసేపైనఁ దరువాత ఆనందుఁడు అనంతుని బిగ్గఁ గాఁగిలించుకొని ప్రాణములు విడెను.

ఆమృతకళేబరమును గాంచిన కఠినాత్మునకైన కన్నీటిధారలు కాలువలై పారుచుండెను. తనకుఁ బ్రేమాస్పదురాలైన రాధకు అన్నయై పేదకుఁ బెన్నిధి దొరకిన ట్లెంతో యానందమును గూర్చిన యానందుని గురించి అనంతుఁడెంతో విచారించెను.

రాధానంతము.

ఆఱవ ప్రకరణము

శివరామరావు—డాక్టరుగారూ! నాకు నిజమైన భోగట్టా చెప్పుఁడు.

డాక్టరు—ఇది నేను చెప్పవలసిన విషయము కాదు. అందువలన మీకు మనస్తాపము కలుగును; గాని యీ సమయమున మీరు కొన్ని విషయములలో జాగ్రతపడవలయును; గావున చెప్పక తీఱదు. మీరు త్వరగ మరణశాసనము వ్రాయింపుఁడు. ఇఁక నొకటిరెండు దినములలో నంతయు బూర్తి కావలెను ఇఁక నాకు సెలవు.

డాక్టరు ఇట్లు చెప్పి గిఱ్ఱున తిరిగి తన దొరటోపీ చంక నిడుకొని యాగృహము విడిచి మోటా రెక్కి వెడలి పోయెను.

అది మైలాపూరులో నొక యున్నతభవనము. మేడ మీఁద క్షయరోగపీడితుఁ డగు శివరామరా వప్పుడే డాక్టరు

చెప్పిన నిరుత్సాహకరము లగు మాటలవలన మనసు కలఁగి పోఁగా కన్నుల నీరు దెచ్చుకొనుచుండెను. అప్పుడే కనకమ్మ వచ్చి ఆతఁడు కన్నులు తుడుచుకొనుచుండుటఁ జూచి యేమో ప్రశ్నింపబోయెను; గాని యామె నోట మాటరాలేదు. కొంతసేపటి కామె శోకవివర్ణ మగు ముఖము వంచుకొని "డాక్టరుగా రేమి చెప్పినా" రని యడిగెను. అందు కాతఁడు "పొరుగింటి వకీ లగు కామేశ్వరరావును బిలిపింపు" మని చెప్పి తీగవంటి తన లఘుకాయము నల్లలనాడించుట కుదయించిన ఝంఝామారుతమువంటి దగ్గు నాపుకొనఁ జాలక కొంతసేపు కొట్టుకొనెను. ఆబాధ తగ్గునంతవరకు నచ్చటనే యుండి పిదప కనకమ్మ కామేశ్వరరావునకుఁ గబురు పంపెను.

కామేశ్వరరావు వచ్చెను. అతఁడును శివరామరావును చాలసే పాలోచించి యనేకవిషయములు చర్చించి యొక మరణశాసనమును తయారుచేసిరి. శివరామరావు తనయాస్తి యంతయు తన పినతాత మనుమఁ డగు అనంతరావునకుఁ జెందునట్లును, కనకమ్మకు దత్తత కధికారము లేకుండు నట్లును, ఆమె బ్రతికియున్నంతకాలమును, ఒక గృహమును సాలికి వేయిరూపాయల రాఁబడిగల భూమియు నామె యనంతర మాసొత్తుగూడ అనంతరావునకే చెందునట్లును, మరణ శాసనమున వ్రాయించి దానందు సంతకము చేసెను. కామేశ్వరరావు వెడలిపోయెను.

www.ingramcontent.com/pod-product-compliance
Lightning Source LLC
LaVergne TN
LVHW080005230825
819400LV00036B/1251
9781245205283